കാമസൂത്രം:

സാഹിത്യകൃതികളിൽ

ഡോ. ബി. ബാലാനന്ദൻ തേക്കുംമൂട്

കൊല്ലം ജില്ലയിലെ കരുനാഗപ്പള്ളിയിൽ 1954 ഡിസംബർ 1ന് ജനിച്ചു. അച്ഛൻ: പെരുമൺ എസ്. ബാലകൃഷ്ണൻ (ഗ്രന്ഥപ്രസാധകനും ഗവേഷകനും കഥാകൃത്തും. അമ്മ: കെ. ഭാർഗ്ഗവിക്കുട്ടി. വളർന്നതും പഠിച്ചതും തിരുവനന്തപുരത്ത്. വഞ്ചിയൂർ ഗവ. യു. പി. എസ്, തിരുവനന്തപുരം സെന്റ് ജോസഫ്സ് ഹൈസ്കൂൾ, തിരുവനന്തപുരം. സാൻസ്ക്രിറ്റ് കോളേജ്, യൂണിവേഴ്സിറ്റി കോളേജ് എന്നിവിടങ്ങളിൽ വിദ്യാഭ്യാസം. മലയാള സാഹിത്യത്തിൽ എം.എ ബിരുദം. കേരള യൂണിവേഴ്സിറ്റി ലൈബ്രറി ഗവേഷണ കേന്ദ്രമായി കേരള സർവ്വകലാശാലയിൽ നിന്നും പി.എച്ച്.ഡി ബിരുദം, ഗവ.കോളേജ് അദ്ധ്യാപകനായി ഔദ്യോഗിക ജീവിതം. മലപ്പുറം ഗവ.കോളേജ്, കാസർഗോഡ് ഗവ.കോളേജ്, എറണാകുളം മഹാരാജാസ് കോളേജ്, കാഞ്ഞിരംകുളം കെ.എൻ.എം.ഗവ. കോളേജ്, തിരുവനന്തപുരം യൂണിവേഴ്സിറ്റി കോളേജ് എന്നിവിടങ്ങളിൽ പ്രവർത്തിച്ചു. യൂണിവേഴ്സിറ്റി കോളേജിൽ മലയാളം അസോസിയേറ്റ് പ്രൊഫസ്സർ ആയിരിക്കെ റിട്ടയർ ചെയ്തു.

നോവലിസ്റ്റ്, ചെറുകഥാകൃത്ത്, നാടകകൃത്ത്, പ്രബന്ധകാരൻ, നിരൂപകൻ, വിവർത്തകൻ, കവി, പ്രഭാഷകൻ, സാംസ്കാരിക പ്രവർത്തകൻ, സർഗ്ഗസുധ മലയാളം മാസികയുടെ പബ്ലിഷറും എഡിറ്ററും.

കൃതികൾ: കേളികൊട്ട്, അദൃശ്യതയിലെ സായൂജ്യം (നോവൽ), സാഹിത്യപഠനങ്ങളും വിചിന്തനങ്ങളും, സർഗ്ഗാത്മകതയുടെ ശ്രുതിഭേദങ്ങൾ (പ്രബന്ധസമാഹാരം), കണ്ണശ്ശരാമായണവും അദ്ധ്യാത്മരാമായണം കിളിപ്പാട്ടും - താരതമ്യാത്മക പഠനം (ഗവേഷണ പ്രബന്ധം), എഴുത്തച്ഛൻ ഗവേഷണത്തിനൊരു മാർഗ്ഗരേഖ (തുഞ്ചത്തെഴുത്തച്ഛൻ ഗ്രന്ഥസൂചി), രചനയിലെ താളവും താളഭ്രംശങ്ങളും (പ്രബന്ധങ്ങൾ), ഭൂപാളം, ചുഴി (നാടകം), ശ്രീമദ്ഭഗവദ്ഗീത (മലയാളപദ്യപരിഭാഷ), തീപ്പൊരിയിൽ സ്നേഹസാന്ത്വനം (കഥാസമാഹാരം), ബാലാനന്ദൻ തേക്കുംമൂടിന്റെ കവിതകൾ (കവിതാസമാഹാരം), കാളിദാസരഘുവംശം മഹാകാവ്യം (മലയാളപദ്യപരിഭാഷ), ഉണ്ണായിവാര്യരുടെ നളചരിതം മലയാളാവിഷ്കാരം, കോറൽ ഐലണ്ട്, ഒളിവർ ടിസ്റ്റ് (സംഗ്രഹവിവർത്തനം)

ഭാര്യ: വി. ആർ. പങ്കജവല്ലി എം.എ, ബി.എഡ്, എം.ഫിൽ.

മകൾ: ഡോ. ലിഷിത ബി. ഷബാന, മകൻ: നിതിൻ ബി. ലിനേക്കർ

വിലാസം:

ബ്ലോക്ക് നമ്പർ: രണ്ട്, ഫ്ളാറ്റ് നമ്പർ : ഇ.എഫ്.8 (എ) 204
'സൗപർണ്ണിക', മുട്ടത്തോടി ഹൗസിംഗ് സ്കീം
സിവിൽ സ്റ്റേഷൻ ലെയിൻ, മുട്ടത്തോടി പി. ഒ.
കാസർഗോഡ് 671123

ഡോ. ബി. ബാലാനന്ദൻ തേക്കുംമൂട്

കാമസൂത്രം: സാഹിത്യകൃതികളിൽ

(പഠനം)

മാക്സ് ബുക്സ്
കോട്ടയം
2021

വില: **150** രൂപ

Kamasootram: Sahityakrithikalil
By Dr. B. Balanandan Thekkummoodu
Malayalam Research Study

Published by:-
MAX BOOKS
Maxlive Media Solutions Pvt Ltd.
Muppathiyil Building, Muttambalom Post,
Kanjikuzhy, Kottayam 686 004
maxlivemediasolutions@gmail.com
maxbookskerala@gmail.com
Ph: 90740 98776, 73060 23373

Cover Design: Rajesh Chalode

Printed in India
at Penta Offset, Kottayam
Edition:
First Editon October 2021
Copies: 1000
Price: Rs. 150

ISBN: 978-93-91085-20-9

Distribution:
PUSTHAKAKADA
Thiruvananthapuram
Online Sales: www.pusthakakada.com

മാനവലോകത്തിന് ആർഷഭാരതസംസ്ക്കാരത്തിന്റെ സംഭാവനയാണ് കാമസൂത്രം. വാത്സായനമഹർഷിയുടെ ഈ മഹദ്കൃതിയെ ആസ്പദമാക്കി നിരവധി പഠനങ്ങൾ മലയാളത്തിൽ ഉണ്ടായിട്ടുണ്ട്. ലോകസാഹിത്യത്തിൽ നിരവധി കൃതികൾ എഴുതിയിട്ടുള്ളതിനെ പഠനവിധേയമാക്കുകയാണ് ഇവിടെ. ഒപ്പം കാമസൂത്രത്തിന്റെ സാരാംശവും പരിശോധിക്കുന്നു.

അജീഷ് ചന്ദ്രൻ
പ്രസാധകൻ

Distribution

പുസ്തകക്കട

www.pusthakakada.com

PUSTHAKAKADA
1st Floor, Heera Chambers,
Pazhavangadi,
Thiruvananthapuram-23
Ph: 8590777204

♦ ഉള്ളടക്കം ♦

ആമുഖം

കാമസൂത്രം: സാഹിത്യകൃതികളിൽ

കാമശാസ്ത്ര കൃതികൾക്ക് സാഹിത്യ കൃതികളോളം തന്നെ പ്രാമുഖ്യം കല്പിക്കപ്പെട്ടിരുന്ന ഒരു നാടാണ് ഭാരതം. പുരുഷാർത്ഥങ്ങളിൽ മൂന്നാം സ്ഥാനം. 'കാമ'ത്തിനു നല്കാനും 'കാമ'ത്തെ ജീവിതവുമായി അഭേദ്യമായി ബന്ധിപ്പിക്കാനും തയ്യാറായ ഒരു സാമൂഹിക സാംസ്കാരിക പശ്ചാത്തലം ഭാരതത്തിലുണ്ടായിരുന്നു. സങ്കേത ബദ്ധമായും സങ്കീർണ്ണ വ്യവഹാരപരമായും കാമശാസ്ത്ര വിഷയങ്ങളെ സമീപിച്ചവരായിരുന്നുആദ്യകാല രചയിതാക്കളെങ്കിൽ, വാത്സ്യായന മഹർഷിയുടെ കടന്നുവരവോടെ 'കാമശാസ്ത്രം' സ്ത്രീപുരുഷ ബന്ധത്തിന്റെ അനുസ്യൂതമായ നിലനില്പ്പിന് അനിവാര്യമായ 'ബോധവൽക്കരണശാസ്ത്രം' എന്ന നിലയിലേക്ക് ഉയർത്തപ്പെടുന്നതായിക്കാണാം. ദാമ്പത്യ ജീവിതത്തിന്റെ സ്ഥിരതയ്ക്ക് ആസ്പദമാകേണ്ട സ്ത്രീ പുരുഷ ബന്ധത്തെ ഊട്ടിയുറപ്പിക്കുന്നതിന് പര്യാപ്തമായ അനുഷ്ഠാനങ്ങളും യോഗാത്മക കൃത്യങ്ങളും ചികിത്സാപദ്ധതികളും കൂട്ടിച്ചേർക്കുന്നതിന് ബോധപൂർവ്വമായ ശ്രമം തന്നെയുണ്ടായി. സ്ത്രീപുരുഷബന്ധത്തെ ദാമ്പത്യ ജീവിതച്ചരടിൽമാത്രം കോർക്കാൻ മഹർഷിമാർ തയ്യാറായില്ല. ലൈംഗിക സ്വാതന്ത്ര്യത്തിന് പരമ പ്രാമുഖ്യം കല്പിച്ചു ഋഷിവരർ. ലൈംഗിക ബന്ധത്തിന് സൂക്ഷ്മവും ശാസ്ത്രനിഷ്ഠവുമായ 'പാഠ'ങ്ങൾ നിശ്ചയിക്കപ്പെട്ടു. ശരീരവും മനസ്സും തമ്മിൽ സംയോജിപ്പിക്കുന്ന 'യോഗാത്മകത' പ്രസക്തമായി നിരീക്ഷിക്കപ്പെട്ടു. സ്ത്രീ പുരുഷബന്ധത്തിന് ആസ്പദമായി സ്ത്രീക്കും പുരുഷനും ഉണ്ടായിരിക്കേണ്ട ഗുണങ്ങൾ നിർണ്ണയിക്കപ്പെട്ടു. ലിംഗപരമായും ശരീരസ്വഭാവപരമായും പുരുഷനും, യോനീപരമായും ശരീരാംഗസ്വഭാവപരമായും സ്ത്രീക്കും തരംതിരിവുകൾ കല്പിക്കാനും സമാനഗുണങ്ങൾ മുൻനിർത്തിയും അല്ലാതെയും സ്ത്രീപുരുഷന്മാർക്കുണ്ടാകുന്ന ബന്ധത്തെ സ്വഭാവനിഷ്ഠമായി വിശകലനം ചെയ്യാനും 'ശാസ്ത്ര

നിർമ്മാതാക്കൾ' ശ്രമിച്ചു. കലയും ജീവിതവും അഭ്യാസവും പ്രസക്തതരമായി നിശ്ചയിച്ച് പുരുഷബന്ധത്തിന് ആസ്വാദന ക്ഷമത പ്രദാനം ചെയ്യാനുള്ള കർമ്മപദ്ധതികളും നിർണ്ണയിക്കപ്പെട്ടു. ആരോഗ്യപരമായസ്ത്രീ പുരുഷ ബന്ധവും അനാരോഗ്യപരമായ സ്ത്രീപുരുഷബന്ധവും വെവ്വേറെ നോക്കിക്കണ്ടുള്ള സമഗ്ര ജീവിതാന്വേഷണമാണ് കാമശാസ്ത്ര കൃതികളിൽ പ്രത്യേകിച്ച് വാത്സ്യായന മഹർഷിയുടെ 'കാമസൂത്ര'ത്തിലും കല്യാണമല്ലന്റെ 'അനംഗരംഗ'ത്തിലും കാണുന്നത്.

കാമശാസ്ത്രഗ്രന്ഥങ്ങൾ രചിച്ച മുൻഗാമികളുടെ നിലപാടുകൾ സൂക്ഷ്മ പഠനവിധേയമാക്കിയും സ്വകീയമായ കൂട്ടിച്ചേർക്കലുകൾ വരുത്തിയും സാമൂഹ്യപരമായും സാംസ്കാരികപരമായും മനഃശാസ്ത്രപരമായും സ്ത്രീ പുരുഷബന്ധത്തെ നോക്കിക്കാണാനും, ദാമ്പത്യ ജീവിതപരമായും സ്വതന്ത്ര ലൈംഗിക ജീവിതപരമായും, ലൈംഗികതൊഴിൽപരമായും സ്ത്രീപുരുഷബന്ധത്തിന് സ്വഭാവാന്തരങ്ങൾ കല്പിക്കാനും വാത്സ്യായന മഹർഷി തയ്യാറായി. കാമസൂത്രത്തിലെ പ്രതിപാദന സമഗ്രത പില്ക്കാല 'കാമശാസ്ത്രരചയിതാക്ക'ളെ അനുകരണ കർത്താക്കളാക്കാൻ പോന്നതായിരുന്നു. യഥാർത്ഥത്തിൽ വാത്സ്യായന്റെ കാമസൂത്രം കാമശാസ്ത്രങ്ങൾക്കെല്ലാം ആധരശിലയായി ഇന്നും വർത്തിക്കുന്നു. കാമസൂത്രത്തെയോ വാത്സ്യായന മഹർഷിയെയോ ആസ്പദമാക്കാതുള്ള 'കാമശാസ്ത്രം' അപര്യാപ്തമെന്നേ പറയേണ്ടൂ. കാമസൂത്രത്തിനു ശേഷം നൂറ്റാണ്ടുകൾ കഴിഞ്ഞ് നിർമ്മിക്കപ്പെട്ട അനംഗരംഗത്തിൽ ഗ്രന്ഥകാരനായ കല്ല്യാണമല്ലൻ വാത്സ്യായനമാഹാത്മ്യവും 'കാമസൂത്ര' സമഗ്രതയും സ്മരിക്കുന്നുണ്ട്. വാത്സ്യായനന്റെ രചനാപന്ഥാവിലൂടെയാണ് കല്യാണമല്ലൻ സഞ്ചരിച്ചത്. കാമസൂത്രവും അനംഗരംഗവും താരതമ്യം ചെയ്താൽ ഈ വസ്തുതയ്ക്കാവും സാധുത്വമുണ്ടാവുക.

കാമശാസ്ത്രസംബന്ധമായി രചിക്കപ്പെട്ടിട്ടുള്ള കൃതികളിൽ മുഖ്യം വാത്സ്യായനന്റെ കാമസൂത്രമാണ്. പിൽക്കാലത്തുണ്ടായ കൃതികളിൽ എടുത്തുപറയേണ്ടത് കല്യാണമല്ലൻ രചിച്ച അനംഗരംഗവും. 1451 മുതൽ 1526 വരെ ഡൽഹി ഭരിച്ചിരുന്ന ലോദിവംശവുമായി ബന്ധപ്പെട്ട ആളായിരുന്നു കല്യാണമല്ലൻ. അഹമ്മദ്ഖാൻ ലോദിയുടെ പുത്രനായ ലാഡഖാന്റെ വിനോദനത്തിനുവേണ്ടിയാണ് കാമസൂത്രത്തെ ആസ്പദമാക്കി സ്ത്രീകൾക്ക് ഏറെ പ്രിയങ്കരമായ 'അനംഗരംഗം' താൻ രചിച്ചിടുന്നതെന്ന് കൃതിയുടെ പ്രാരംഭത്തിൽ കല്യാണമല്ലൻ വ്യക്തമാക്കിയിട്ടുണ്ട്. കല്യാണ മല്ലന്റെ ജീവിത കാലം 15-ാം നൂറ്റാണ്ടിലോ 16- നൂറ്റാണ്ടിലോ ആകാം.

1883 ൽ കാമസൂത്രം ഇംഗ്ലീഷിലേക്ക് പരിഭാഷചെയ്ത സർ റിച്ചാർഡ് ഫ്രാൻസിസ് ബർട്ടൺ 1885 ൽ ഇംഗ്ലീഷിലേക്ക് പരിഭാഷ ചെയ്തതോടെയാണ് 'അനംഗരംഗം' ലോകശ്രദ്ധയ്ക്ക് വിധേയമായത്. 'ഹിന്ദു ആർട്ട് ഓഫ് ലൌ' എന്ന ശീർഷകത്തിൽ കാമസൂത്രവും 'എബോട്ട് ഇൻ ദ ഓഷ്യൻ ഓഫ് ലൗ' എന്ന ശീർഷകത്തിൽ അനംഗരംഗവും ഇംഗ്ലീഷിൽ പ്രസിദ്ധീകരിക്കപ്പെട്ടതിനു ശേഷമാണ് കാമശാസ്ത്രസംബന്ധിയായ കൃതികൾ ഇംഗ്ലീഷ് ഭാഷയിൽ ആവിർഭവിച്ചു തുടങ്ങിയത്.

സംസ്കൃതകൃതിയായ അനംഗരംഗത്തിന്റെ ഗദ്യത്തിലുള്ള പരിഭാഷകൾ ഹിന്ദിയിലും ഇംഗ്ലീഷിലും പ്രസിദ്ധപ്പെടുത്താനും കൃതിയെ ജനകീയമാക്കാനും വാരാണാസിയിലെ ചൗകംബസാൻസ്ക്രീറ്റ് സീരീസിനു കഴിഞ്ഞു. മലയാളഭാഷയിൽ ആർ. നാരായണപ്പണിക്കർ രചിച്ച വ്യാഖ്യാനത്തിനു ശേഷം പ്രസ്തുത കൃതിയ്ക്ക് ശ്രദ്ധേയമായ ഒരു കാവ്യ പരിഭാഷ നടത്തിയത് പ്രൊഫ. ശ്രീ.സുന്ദരം ധനുവച്ചപുരമാണ്. കാമസൂത്രത്തിനും അനംഗരംഗത്തിനും ഇംഗ്ലീഷ് വിവർത്തനം നടത്തി പ്രസ്തുത കൃതികൾക്ക് ലോകാംഗീകാരം നേടിക്കൊടുക്കാൻ സർ റിച്ചാർഡ് ഫ്രാൻസിസ് ബർട്ടണുകഴിഞ്ഞതുപോലെയാണ് അനംഗരംഗത്തിന് മലയാളത്തിൽ കാവ്യപരിഭാഷ നടത്തിയ പ്രൊഫ. സുന്ദരം ധനുവച്ചപുരത്തിന്റെയും അവസ്ഥ. കേരളീയ ആസ്വാദകർക്കിടയിൽ അനംഗരംഗത്തിന് പ്രചാരമുണ്ടാകാൻ ഈ കാവ്യപരിഭാഷകൊണ്ടു സാധ്യമാകും എന്നതാണതിനുകാരണം.

വിക്ടോറിയൻ കാലഘട്ടത്തിലെ സദാചാരപരമായ യാഥാസ്ഥിതിക നിലപാടുകൾ കാരണം എഫ്.എഫ്.അർബത്ത്നോട്ടും സർ റിച്ചാർഡ് എഫ്. ബർട്ടണുംനടത്തിയ കാമസൂത്രത്തിന്റെയും അനംഗരംഗത്തിന്റെയും ഇംഗ്ലീഷ് വിവർത്തനങ്ങൾക്ക് മെഡിക്കൽ മേഖലയിൽ പ്രവർത്തിക്കുന്നവരുടേയും ഗവേഷകരായ പണ്ഡിതൻമാരുടെയും ഇടയിൽ മാത്രമെ പ്രചാരമുണ്ടായുള്ളൂ. പൊതുവായനശാലകളിൽപോലും വളരെ രഹസ്യമായിട്ടാണ് ഇത്തരം കൃതികൾ സൂക്ഷിച്ചു പോന്നതും. ഏഷ്യൻ മതങ്ങളോടും സംസ്കാര സവിശേഷതകളോടും താല്പര്യമുളവായി വരുന്ന 1960 കളിലാണ് ബ്രിട്ടണിലെയും അമേരിക്കയിലേയും വായനക്കാർക്കിടയിൽ റിച്ചാർഡ് എഫ്. ബർട്ടൺന്റെയും, എഫ്. എഫ് അർബത്ത്നോട്ടിന്റെയും കാമസൂത്ര അനംഗരംഗ വിവർത്തനങ്ങൾക്ക് സ്വീകാര്യതയുണ്ടാവുന്നത്.

കാമശാസ്ത്രം

ഭാരതിയ സങ്കല്പമനുസരിച്ച് നാലു പുരുഷാർത്ഥങ്ങൾ ഉണ്ട്. ധർമ്മം, അർത്ഥം, കാമം, മോക്ഷം എന്നിവയാണവ. ഉപവേദങ്ങളിൽ ഒന്നായി കാമം കണക്കാക്കപ്പെടുന്നു. ധർമ്മാർത്ഥകാമങ്ങൾ ഐഹികവും മോക്ഷം പാരത്രികവുമാണ്. പരമപുരുഷാർത്ഥമായ 'മോക്ഷത്തിൽ എത്തിച്ചേരണമെങ്കിൽ ധർമ്മാർത്ഥകാമങ്ങൾ വേണ്ടും വണ്ണം ഉൾക്കൊണ്ടനുഭവിച്ചറിയേണ്ടതുണ്ട്. മതഗ്രന്ഥങ്ങളെല്ലാം ഈ വീക്ഷണം വച്ചുപുലർത്തുന്നുണ്ട്. ബാല്യത്തിൽ വിദ്യാസമ്പാദനം 'യൗവനത്തിൽ ധർമ്മാർത്ഥകാമവിഷയസുഖാനുഭവം' വാർധക്യത്തിൽ പരമാത്മ ചിന്തയിൽ മുഴുകൽ എന്ന നിലയ്ക്കായിരുന്നു മനുഷ്യജീവിതത്തെ, നിജപ്പെടുത്തിയിരുന്നത്. ഭാരതത്തിലെ രാജവംശങ്ങളൊക്കെയും ഈ ജീവിതക്രമം കൈകൊണ്ടിരുന്നു.

ലൗകിക സുഖാഭിലാഷമാണ് കാമം. ജൈനദർശന പ്രകാരം 'കാമം ജൂഗുപ്സാവഹമാണെങ്കിലും സനാതന ധർമ്മത്തിന്റെ കാഴ്ചപ്പാടിൽ

കാമം ധർമ്മത്തിനു വിരുദ്ധമല്ലാത്തതും സ്വീകാര്യവുമാണ്. ഭഗവദ് ഗീതയിലും കാമം ധർമ്മാവിരുദ്ധമാണെന്ന നിലപാടാണുള്ളത്. കാമസ്വരൂപനാണ് ജീവൻ. ഇച്ഛാശക്തി തന്നെയാണ് കാമം. ജ്ഞാന ക്രിയാശക്തികൾക്ക് ഇച്ഛാശക്തിയിൽ നിന്നും വേറിട്ട് അസ്തിത്വ മില്ല. 'കാമം' ഒന്നു മാത്രമാണ് ഈ പ്രപഞ്ചത്തെ നിലനിർത്തുന്നത്. ബൃഹദാരണ്യകോപനിഷത്തിൽ പുരുഷൻ അഥവാ ജീവൻ കാമമയനാണെന്നു പറയുന്നുണ്ട്. കാമരൂപനാണ് പുരുഷൻ. കാമം തന്നെ യാഗം. യാഗം തന്നെയാണ് കർത്തവ്യം. കാമാചരണം എന്നത് കർത്തവ്യം നിറവേറ്റലാണ്. ധർമ്മമാർഗ്ഗത്തിലൂടെ നേടുന്ന അർത്ഥസമ്പാദനത്തിലൂടെ മാത്രമെ 'കാമം' എന്ന പുരുഷാർത്ഥം കരഗതമാവൂ. കാമപുരുഷാർത്ഥത്തിന്റെ സ്ഥായിയായ ഘടകങ്ങൾ പുത്രേച്ഛ, കളത്രേച്ഛ, ധനേച്ഛ എന്നിവയാണ്.

ലൈംഗികാസക്തി എന്ന അർത്ഥത്തിൽ 'കാമ'പദം ഉപയോഗിക്കാറുണ്ട്. സ്ത്രീ പുരുഷ ബന്ധദ്യോതകമായി 'കാമ' പദം ഭഗവദ്ഗീതയിൽ പ്രയോഗിച്ചിട്ടുണ്ട്. വാല്മീകിരാമായണത്തിലെ ആദ്യശ്ലോകത്തിൽ ക്രൗഞ്ചപക്ഷിയെ 'കാമമോഹിതം' എന്നു വിശേഷിപ്പിച്ചിട്ടുള്ളത് ഈ അർത്ഥത്തിലാണ്. മനസ്സിന്റെ അഭിലാഷം സാധിപ്പിക്കുന്ന പ്രക്രിയയും 'കാമ'മായറിയപ്പെടുന്നു. മനുഷ്യമനസ്സിൽ നിലകൊള്ളുന്ന സുഖാസക്തിയാണ് കാമത്തിന്റെ അടിസ്ഥാനം. തൃതീയ പുരുഷാർത്ഥമായ കാമത്തിന്റെ അർത്ഥവ്യാപ്തിക്ക് വാത്സ്യായനന്റെ കാമസൂത്രത്തിൽ കുറവു സംഭവിച്ചിട്ടുണ്ട്.

കാമത്തെ സംബന്ധിച്ച ശാസ്ത്രമാണ് കാമശാസ്ത്രം. കാമശാസ്ത്രപരമായി വിശാലമായ ഒരു സാഹിത്യവിഭാഗം സംസ്കൃതത്തിലുണ്ട്. കാമശാസ്ത്ര പഠനത്തിന് തുടക്കം കുറിച്ചതും ഭാരതത്തിലാണ്. കാമശാസ്ത്രത്തിലെ ആധികാരിക ഗ്രന്ഥമായി വാത്സ്യായനന്റെ 'കാമസൂത്രം' ഗണിക്കപ്പെടുന്നു. കാമസൂത്രത്തിനുമുമ്പുണ്ടായിട്ടുള്ള കാമശാസ്ത്രഗ്രന്ഥങ്ങൾ സങ്കീർണ്ണങ്ങളും അവ്യക്തങ്ങളുമായിരുന്നു. അതിനാൽ കാമശാസ്ത്രത്തിന്റെ സ്ഥാപകൻ എന്നനിലയിൽ തന്നെയാണ് വാത്സ്യായന മഹർഷിയെ ഗണിക്കുന്നത്.

കാമശാസ്ത്രത്തിന് തുടക്കമിട്ടത് പ്രജാപതിയാണെന്നാണ് ഭാരതീയ പാരമ്പര്യവിശ്വാസം. ബ്രഹ്മാവ് സൃഷ്ടിക്കുശേഷം ജീവികളുടെ നിലനില്പിന്നായി ധർമ്മാർത്ഥകാമങ്ങളെ ഉപദേശിച്ചുവത്രേ. ബ്രഹ്മോപദേശത്തിൽ ഒരു ലക്ഷം അധ്യായങ്ങൾ ഉണ്ടായിരുന്നു. ഇതിൽ നിന്നും ധർമ്മത്തെ സംബന്ധിക്കുന്ന കാര്യങ്ങൾ സ്വയംഭൂവമനു 'മനുസ്മൃതി' എന്ന പേരിലും, അർത്ഥത്തെക്കുറിക്കുന്ന കാര്യങ്ങൾ ബൃഹസ്പതി 'ബാർഹസ്പത്യം' എന്ന പേരിലും പ്രത്യേകശാസ്ത്രങ്ങളായി രചിച്ചു. കാമസംബന്ധിയായി നന്ദികേശ്വരൻ നിർമ്മിച്ച കാമശാസ്ത്രത്തിൽ ആയിരം അധ്യായം ഉണ്ടായിരുന്നു. ഈ ഗ്രന്ഥം ഔദ്ദാലകി അഞ്ഞൂറദ്ധ്യായങ്ങളായി സംഗ്രഹിച്ചു, ബഭ്രൂകന്റെ പുത്രനായ പാഞ്ചാലൻ പ്രസ്ത്രുത കൃതിയെ നൂറ്റമ്പത് അധ്യായങ്ങളായും സംഗ്രഹിച്ചു. പാഞ്ചാലന്റെ ഗ്രന്ഥത്തിൽ ഏഴ് അധികരണങ്ങൾ - സാധാരണം, സാമ്പ്രയോഗികം, കന്യാസമ്പ്ര

യുക്തകം, ഭാര്യാധികാരികം, പാരദാരികം, വൈശികം, ഓപനിഷദികം എന്നിങ്ങനെ ഉണ്ട്. പാഞ്ചാലന്റെ കൃതിയിലെ ഓരോ പ്രകരണത്തെയും ആസ്പദമാക്കി ചാരായണൻ, സുവർണനാഭൻ ഘോടകമുഖൻ, ഗോനർദിയൻ, ശോണികാപുത്രൻ, ഭന്നകൻ, കുചിമാരൻ എന്നീ ആചാര്യന്മാർ ഓരോ ഗ്രന്ഥം രചിച്ചു. ഈ ഗ്രന്ഥങ്ങൾ ഒന്നാകെ സംഗ്രഹിച്ചാണ് വാത്സ്യായനൻ കാമസൂത്രം രചിച്ചത്. വാത്സ്യായനനു മുമ്പ് നിർമ്മിക്കപ്പെട്ട ഗ്രന്ഥങ്ങളെക്കുറിച്ച് ഇന്നുള്ള അറിവ് നന്നേ വിരളമാണ്. ഭന്നകന്റെ 'വൈശിക ശാസ്ത്രം' കുചിമാരന്റെ 'കുചിമാരതന്ത്രം' എന്നീ കൃതികളെക്കുറിച്ചേ അല്പമാത്രമായെങ്കിലും അറിയുന്നുള്ളൂ.

കാമസൂത്രം

സംസ്കൃത സാഹിത്യത്തിലെ കൃതികളിൽ ഏറ്റവും പ്രചാരവും സ്വാധീനതയും കൈവന്ന കൃതിയാണ് കാമസൂത്രം. കാമസൂത്രത്തിൽ പ്രതിപാദിച്ചിട്ടുള്ള കാമകലാതത്ത്വങ്ങളുടെ സ്വാധീനതയാൽ രചിക്കപ്പെട്ടവയാണ് ജയദേവന്റെ 'ഗീതഗോവിന്ദം' തുടങ്ങി പല കാവ്യങ്ങളും. ഭാരതീയ ശില്പ കലയേയും കാമസൂത്രത്തിലെ നിഗമനങ്ങൾ ഏറെ സ്വാധീനിച്ചിട്ടുണ്ട്. ഖജ്ജുറാഹോവിലേയും മററും ശില്പമാതൃകകളും ഭാരതീയ ക്ഷേത്രങ്ങളിലെ ലൈംഗിക ശില്പങ്ങളും ഇക്കാര്യം വ്യക്തമാക്കുന്നു.

പരമ പുരുഷാർത്ഥമായ മോക്ഷത്തിൽ എത്തിച്ചേരുവാൻ മനുഷ്യൻ കടന്നു പോകേണ്ട പുരുഷാർത്ഥങ്ങളിൽ മൂന്നാമതായിട്ടാണ് വാത്സ്യായനൻ കാമത്തെ ദർശിച്ചത്. വാരാണാസിയിൽ വിദ്യാർത്ഥിയായി ബ്രഹ്മചാരി വ്രതവും പരമാത്മധ്യാനവുമായി കഴിഞ്ഞിരുന്ന കാലത്താണ് വാത്സ്യായനൻ ലോകനന്മയ്ക്കുവേണ്ടി വേദശാസനങ്ങൾക്കസൃതം കാമസൂത്രം നിർമ്മിച്ചതെന്ന് പ്രസ്തുതഗ്രന്ഥത്തിൽ പ്രസ്താവിച്ചിട്ടുണ്ട്. മൂന്നാം പുരുഷാർത്ഥമായ കാമത്തെ ആസ്പദമാക്കിയുള്ള പ്രാമാണിക ഗ്രന്ഥമാണ് കാമസൂത്രം. ധർമ്മശാസ്ത്രമെന്ന നിലയിൽ മനുസ്മൃതിയ്ക്കും രാഷ്ട്രതന്ത്ര - സാമ്പത്തിക ശാസ്ത്രമെന്ന നിലയിൽ അർത്ഥശാസ്ത്രത്തിനും ഭാരതത്തിലുള്ള സ്ഥാനം കാമശാസ്ത്രത്തിന്റെ പ്രാമാണിക ഗ്രന്ഥമെന്ന നിലയ്ക്ക് 'കാമസൂത്ര'ത്തിനുണ്ട്. വാത്സ്യായനൻ ലളിതമായ സംസ്കൃതത്തിൽ സൂത്രരൂപത്തിലാണ് കാമസൂത്രവിഷയങ്ങൾ സംഗ്രഹിച്ചിട്ടുള്ളത്. ഉൽക്കൃഷ്ടരായ നാഗരിക ജനങ്ങളെ ഉദ്ദേശിച്ചാണ് കൃതി രചിക്കുന്നതെന്ന് മഹർഷി പറയുന്നുണ്ട്. നാഗരികന്റെ ആവശ്യങ്ങളും ആഗ്രഹങ്ങളും കണ്ടറിഞ്ഞു കൊണ്ടാണ് വാത്സ്യായനൻ കാമസൂത്ര രചന നടത്തിയത്. പരിഷ്കൃതനായ നാഗരികന്റെ ദിനചര്യ, പെരുമാററരീതി, വേഷഭൂഷാദികൾ എന്നിവ മഹർഷി വിവരിക്കുന്നുണ്ട്. നായികയുടെ മനസ്സിൽ കാമവികാരം ശക്തമായിക്കഴിഞ്ഞാലുണ്ടാകുന്ന അവസ്ഥാന്തരങ്ങൾ കാവ്യാത്മകമായിതന്നെ ഋഷി ആവിഷ്കരിച്ചിരിക്കുന്നു.

സങ്കേത ജടിലതയും അർത്ഥക്ലിഷ്ടതയും കാമസൂത്രത്തിനില്ല. ദാമ്പത്യ ജീവിതം സുഖപ്രദമാകുന്നതിന് ലൈംഗിക വിഷയങ്ങളിൽ

ശാസ്ത്രീയമായ പരിജ്ഞാനം ഏവർക്കും ഉണ്ടായിരിക്കണമെന്നാണ് വാത്സ്യായനന്റെ നിലപാട്. ദാമ്പത്യജീവിതത്തിൽ സംതൃപ്തിയുണ്ടാക ണമെങ്കിൽ ഭാര്യയും ഭർത്താവും കാമകലയിൽ നൈപുണ്യം നേടേണ്ട തുണ്ടെന്ന് അദ്ദേഹം പ്രഖ്യാപിച്ചു. ശക്തിമത്തായ കാമാഭിലാഷം സദ് വൃത്തരെപ്പോലും അധ:പതിപ്പിച്ചേക്കാനിടയുണ്ടെന്ന് ഋഷി മന സ്സിലാക്കിയിരുന്നു. ഭർത്താവിന്റെയും ഭാര്യയുടെയും കടമകളെക്കു റിച്ച് മഹർഷി സവിസ്തരം പ്രസ്താവിക്കുന്നു. മാതാപിതാക്കളുടെ കടമ മകളെ യഥാസമയം അനുരൂപനായ ഭർത്താവിനെ ഏല്പിക്കുകയാണ്. കാമശാസ്ത്ര വിശാരദരായ മാതാപിതാക്കൾക്കേ ഈ കടമ നിർവ്വഹി ക്കാൻ സാധിക്കൂ എന്നും അദ്ദേഹത്തിന് അഭിപ്രായമുണ്ട്. ഭാര്യയെ ആജീവനാന്തം മാനസികാരോഗ്യമുള്ള അവസ്ഥയിൽ നിലനിർത്താൻ ഭർത്താവ് കാമശാസ്ത്രത്തിൽ നൈപുണ്യം നേടിയിരിക്കണം. വാത്സ്യായന ന്റെ കാമ -മനഃശാസ്ത്ര വിജ്ഞാനം വിസ്മയകരമാണ്. സമൂഹത്തിന്റെ നിലനില്പിന് സദാചാരനിയമങ്ങളിൽ നിന്നും വിമുക്തരും 64 കലകളിൽ അഭ്യാസം നേടിയവരുമായ സ്ത്രീകൾ (വേശ്യമാരും) ഉണ്ടായേ തീരൂ. കാമശാ സ്ത്രത്തിൽ പുരുഷനും സ്ത്രീക്കും നിപുണത പ്രദാനം ചെയ്യുന്നതിന് കാമ സൂത്രത്തിലെ നല്ലൊരു ഭാഗം വിനിയോഗിച്ചിരിക്കുന്നു. വേശ്യ നേടേണ്ട പരിശീലനത്തെപ്പറ്റിയും വിസ്തരിച്ചു പറയുന്നുണ്ട്.

ധർമ്മാർത്ഥ കാമശാസ്ത്രങ്ങളുടെ ആവിർഭാവത്തെപ്പറ്റി കാമസൂത്ര ത്തിന്റെ പ്രാരംഭത്തിൽ തന്നെ പറയുന്നുണ്ട്. അത് ഇപ്രകാരമാണ്. ''ബ്ര ഹ്മാവ് സൃഷ്ടിക്കുശേഷം ധർമാർത്ഥ കാമങ്ങളെ ശാസ്ത്രരൂപത്തിൽ ഉപദേശിച്ചു. പതിനായിരം അധ്യായങ്ങളുണ്ടായിരുന്നു പ്രസ്തുത ശാസ്ത്രത്തിൽ. ധർമ്മത്തെപറ്റി സ്വയംഭുവമനുവും അർത്ഥത്തെക്കുറിച്ച് ബൃഹസ്പ തിയും കാമത്തെ സംബന്ധിച്ച് നന്ദികേശ്വരനും പ്രത്യേകം ശാസ്ത്ര ഗ്രന്ഥങ്ങൾ നിർമ്മിച്ചു. ഇവ മനുസ്മൃതി, ബാഹർസ്പത്യം, നന്ദികേശ്വരീയം എന്നീ പേരുക ളിൽ അറിയപ്പെട്ടു. നന്ദികേശ്വര നിർമ്മിതമായ കാമശാസ്ത്രം ഉദ്ദാലകപുത്ര നായ ശ്വേതകേതു അഞ്ഞുറദ്ധ്യായങ്ങളിൽ സംഗ്രഹിച്ചു. ബഭ്രുകന്റെ പുത്രനായ പാഞ്ചാലൻ നൂറ്റിയമ്പതു അധ്യായങ്ങളിലായി ഇതിനെ ചുരുക്കുക യുണ്ടായി. പരസ്ത്രീഗമനത്തെ ശ്വേതകേതു നിഷേധിക്കുമ്പോൾ പാഞ്ചാലൻ അതിനെ വിശേഷവിധിയായി അംഗീകരിക്കുന്നു. ഏഴ് അധികരണങ്ങൾ ഉൾക്കൊള്ളുന്ന ബാഭ്രവ്യ കാമശാസ്ത്രത്തിലെ ഓരോ അധികരണത്തേയും ആസ്പദിച്ച് പിൻഗാമികൾ ഗ്രന്ഥങ്ങൾ രചിച്ചു. സാധാരണം,സാമ്പ്രയോഗികം, കന്യാസംപ്രയുക്തകം, ഭാര്യാധികാരികം, പാരദാരികം, വൈശികം, ഔപനിഷദികം, എന്നിവയാണ് അധികരണങ്ങൾ. ചരായണൻ സാധാരണാധികരണത്തെയും, സുവർണ്ണനാഭൻ സാമ്പ്രയോ ഗികാധികരണത്തെയും, ഘോടമുഖൻ കന്യാസംപ്രയുക്തത്തെയും, ഗോന ർദ്ദീയൻ ദാരാധികാരികത്തെയും, ശോണികാപുത്രൻ പാരദാരികത്തെയും, ഭന്നകൻ വൈശികത്തെയും കുചിമാരൻ ഔപനിഷദികത്തെയും ആസ്പദിച്ചാണ് ഗ്രന്ഥരചന നടത്തിയത്.

'ധർമാർഥകാമോദ്യോനമഃ' എന്നുചോല്ലിക്കൊണ്ടാരംഭിക്കുന്ന കാമസൂത്രത്തിൽ ഏഴ് അധികരണത്തിലായി മുപ്പത്താറ് അധ്യായങ്ങളും അറുപത്തിനാലു പ്രകരണങ്ങളും ഉൾപ്പെടെ മൊത്തം ആയിരത്തി ഇരുനൂറ്റമ്പതു പദ്യങ്ങളുമുണ്ട്. സാധാരണം സാമ്പ്രയോഗികം, കന്യാസംപ്രയുക്തകം, ഭാര്യാധികാരികം, പാരദാരികം, വൈശികം, ഔപനിഷദികം ഇവയാണ് ഏഴധികരണങ്ങൾ. സാധാരണാധികരണത്തിൽ അഞ്ചധ്യായങ്ങൾ ഉണ്ട്. ശാസ്ത്രസംഗ്രഹം, പ്രതിപത്തി, വിദ്യാസമുദ്ദേശ്യം, നാഗരികവൃത്തം, നായകസഹായദൂതകർമ്മ വിമർശനം എന്നിവ. സാമ്പ്രയോഗികമെന്ന രണ്ടാം അധികരണത്തിൽ പതിനേഴു പ്രകരണവും പത്തധ്യായവുമുണ്ട്. രതാവസ്ഥാപനം, പ്രീതിവിശേഷം, ആലിംഗന വിചാരങ്ങൾ, ചുംബന വികല്പങ്ങൾ, നഖദന്തജാതികൾ, ദന്തച്ഛേദ്യവിധികൾ, ദേശ്യോപചാരങ്ങൾ, സംവേദന പ്രകാരങ്ങൾ, ചിത്രരതങ്ങൾ, ഗ്രഹണനയോഗങ്ങൾ, സീത്കാരം, പുരുഷായിതം, പുരുഷോപസുപ്തകങ്ങൾ, ഔപരിഷ്ടയം, രത്യാരംഭവും രത്യാവസാനവും,സുരത വിശേഷങ്ങൾ, പ്രണയകലഹം, എന്നിവയാണ് പ്രകരണങ്ങൾ. അറുപത്തിനാലു വിധം സംയോഗമുറകൾ ഈ ഭാഗത്ത് പ്രതിപാദിച്ചിടടുണ്ട്. കന്യാസംപ്രയുക്തത്തിൽ വരണസംവിധാനം, സംബന്ധനിർണയനം, കന്യാവിസ്രംഭണം, ബാലോപക്രമം, ഇംഗിതാകാര സൂചനം, ഏകപുരുഷാഭിയോഗം, പ്രയോജ്യോപാവർത്തനം, കന്യാപ്രതിപത്തി, വിവാഹയോഗം, എന്നിങ്ങനെ ഒമ്പതു പ്രകരണങ്ങളിലായി അഞ്ചധ്യായമുണ്ട്. നാലാമത്തെ അധികരണമായ ഭാര്യാധികാരികത്തിൽ രണ്ടധ്യായവും എട്ടു പ്രകരണവുമുണ്ട്. ഏകചാരിണിവൃത്തം, പ്രവിസചര്യ, സപത്നിമാരിലെ ജ്യേഷ്ഠാവൃത്തം, കനിഷ്ഠാവൃത്തം, പുനർഭൂവൃത്തം, ദുർഭഗാവൃത്തം, അന്തഃപുരികം, ബഹുഭാര്യാപ്രതിപത്തി ഇവയാണ് പ്രകരണങ്ങൾ. പാരദാരികത്തിൽ ആറധ്യായവും പത്തുപ്രകരണവും ഉൾക്കൊള്ളുന്നു. സ്ത്രീ പുരുഷശീലാവസ്ഥാപനം, വ്യാവർത്തനകാരണങ്ങൾ, സ്ത്രീകളിലെ സിദ്ധപുരുഷന്മാർ, അയത്നസാധ്യകളായ സ്ത്രീകൾ, പരിചയകാരണങ്ങൾ, അഭിയോഗങ്ങൾ, ഭാവപരീക്ഷകൾ, ദൂതികർമ്മങ്ങൾ, ഈശ്വരകാമിതം, ദാരസംരക്ഷണം എന്നിവയാണ് പ്രകരണങ്ങൾ.

ആറാമത്തെ വൈശികാധികരണത്തിൽ ആറധ്യായവും പന്ത്രണ്ടു പ്രകരണവുമുണ്ട്. ഗമ്യചിന്ത, ഗമനകാരണങ്ങൾ, ഉപാവർത്തനവിധി, കാന്താനുവർത്തനം, ഗമോപായങ്ങൾ, വിരക്തലക്ഷണങ്ങൾ, വിരക്തപ്രതിപത്തി, നിഷ്കാസന പ്രകാരങ്ങൾ വിശീർണപ്രതിസന്ധാനം, ലാഭവിശേഷം, അർഥാനർഥാനുബന്ധം, സംശയവിചാരം, വേശ്യാ വിശേഷങ്ങൾ, എന്നിവയാണ് വൈശികത്തിലെ പ്രകരണങ്ങൾ. ഏഴാമത്തെ അധികരണമായ ഔപനിഷദികത്തിൽ ആറ് പ്രകരണവും രണ്ട് അധ്യായവും ഉണ്ട്. സുഭഗംകരണം, വശീകരണം, വൃഷ്യങ്ങളും യോഗങ്ങളും, നഷ്ടരാഗപ്രത്യാനയനം, വൃദ്ധിയോഗങ്ങൾ, ചിത്രയോഗങ്ങൾ എന്നിവയാണ് പ്രകരണങ്ങൾ.

കുലസ്ത്രീകളും വേശ്യാസ്ത്രീകളും അറുപത്തിനാലു കലകളിൽ നൈപുണ്യം നേടേണ്ടതുണ്ടെന്ന് വാത്സ്യയനൻ പറയുന്നു. അവയുടെ വിശദമായ ചർച്ചകൾ കാമസൂത്രത്തിലുണ്ട്. സ്ത്രീകളെ കന്യാ, പുനർഭു, വേശ്യ എന്ന് മൂന്നു

വിഭാഗമായാണ് മഹർഷി തിരിക്കുന്നത്. ഗുണത്തിന്റെ അടിസ്ഥാനത്തിൽ പുരുഷന്മാരെ ഉത്തമൻ, മധ്യമൻ, അധമൻ, എന്ന് തിരിച്ചിരിക്കുന്നു. സ്ത്രീകളെയും പുരുഷന്മാരെയും മഹർഷി വീണ്ടും തിരിക്കുന്നുണ്ട്. പദ്മിനി, ചിത്രിണി, ശംഖിനി, ഹസ്തിനി എന്നിങ്ങനെയാണ് സ്ത്രീവിഭജനം. പുരുഷന്മാരെ ശശം,വൃക്ഷം, അശ്വം എന്ന് മൂന്നായി തിരിച്ചിട്ടുണ്ട്. പരസ്ത്രീഗമനത്തെക്കുറിച്ചും വാത്സ്യായനൻ ചിന്തിക്കുന്നുണ്ട്. ദാരിദ്ര്യപരിഹാരം, ശത്രുസംഹാരം, പ്രതിക്രിയാവിധി, അപവാദശങ്ക എന്നിവയെ മുൻനിർത്തി പരസ്ത്രീഗമനം ചെയ്യുന്നത് പാപകരമല്ലെന്നാണ് വാത്സ്യായനമതം.

നഗരവാസികളായ ഉൽകൃഷ്ടജനങ്ങളെ ഉദ്ദേശിച്ചു രചിച്ചിട്ടുള്ളതാണ് കാമസൂത്രം. സ്ത്രീപുരുഷന്മാരുടെ ശാരീരിക ലക്ഷണം, പൊരുത്തങ്ങൾ, സംഭോഗകലയുടെ മാനസികവും ശാരീരികവുമായ ഭാവങ്ങൾ, മാതാപിതാക്കൾ, ഭാര്യ, ഭർത്താവ് തുടങ്ങിയവരുടെ കടമകൾ, വേശ്യയുടെ സ്ഥാനം, ദിനചര്യ, പെരുമാറ്റരീതികൾ, വേഷഭൂഷാദികൾ എന്നിവ ചർച്ച ചെയ്യുന്നു.

വാത്സ്യായനൻ തന്റെ പൂർവ്വാചാര്യന്മാരായ ചരായണൻ, സുവർണനാഭൻ, ഗോനർദ്ദീയൻ എന്നിവരെ സ്മരിക്കുന്നുണ്ട്. കാമസൂത്രത്തിലെ സാംസ്കാരിക പശ്ചാത്തലത്തിൽ ഗുപ്തകാല ഘട്ടത്തിന്റെ പ്രഭാവം വ്യക്തമാണ്. അക്കാലത്തെ സമുദായത്തിന്റെ ചരിത്രപഠനത്തിനു പ്രയോജനപ്പെടുന്ന ഒട്ടേറെ വസ്തുതകൾ ഗ്രന്ഥത്തിൽ നിന്നും ലഭിക്കുന്നു.

കാമസൂത്രത്തിന്റെ വ്യാഖ്യാനങ്ങളിൽ ശ്രേഷ്ഠമായി ഗണിക്കുന്നത് പതിമ്മൂന്നാം ശതകത്തിൽ രചിക്കപ്പെട്ട 'ജയമംഗളം' ആണ്. യശോധരനാണ് ഈ വ്യാഖ്യാനത്തിന്റെ കർത്താവ്. വിൽഡ്യൂറന്റ്, ടാഗോർ, ഗാന്ധിജി, നെഹ്രു തുടങ്ങിയവർ കാമസൂത്രത്തിന്റെ പ്രാധാന്യം എടുത്തുകാട്ടിയിട്ടുണ്ട്. റിച്ചാർഡ് എഫ് ബർട്ടണും ആർബത്ത് നോട്ടും ചേർന്നാണ് കാമസൂത്രം ഇംഗ്ലീഷിലേക്ക് പരിഭാഷപ്പെടുത്തിയത്. 'ചുണ്ടുകൾക്കു ചുംബനമർപ്പിക്കാവുന്നിടത്തോളവും കണ്ണുകൾക്ക് കാണാവുന്നിടത്തോളവും കാലം കാമസൂത്രം ജീവിക്കുകയും അതു നിങ്ങൾക്ക് ജീവിതം നൽകുകയും ചെയ്യും' എന്നാണ് റിച്ചാർഡ് എഫ്. ബർട്ടൺ കാമസൂത്രത്തിന്റെ ഇംഗ്ലീഷ് വിവർത്തനത്തിൽ പറയുന്നത്.

കാമസൂത്രം വിവർത്തനമായും വ്യാഖ്യാനമായും മലയാളത്തിൽ പ്രസാധനം ചെയ്തിട്ടുണ്ട്. 'കാമസൂത്രപ്രഥമഭാഗം' എന്ന പേരിൽ കാമസൂത്രത്തിലെ ആദ്യത്തെ അഞ്ചുപ്രകരണം സി. കെ.വാസുദേവശർമ്മയുടെ ഭാഷാവ്യാഖ്യാനത്തോടുകൂടി തൃശൂർ ഭാരതവിലാസം പ്രസ് 1922 ൽ പ്രസാധനം ചെയ്തതാണ് ആദ്യ സംരംഭം. കോട്ടയം പി.വി.ബുക്സ് ഡിപ്പോ 1933 ൽ പ്രസിദ്ധപ്പെടുത്തിയ കാമസൂത്രം സ്വതന്ത്ര വിവർത്തനമാണ് മറ്റൊന്ന്. തൃശൂരിലെ മംഗളോദയം 1952 ൽ 'കാമസൂത്രം' രണ്ടു ഭാഗമായി മലയാള ലിപിയിൽ അച്ചടിച്ചിറക്കി. ഈ ഗ്രന്ഥത്തോടൊപ്പം പെറ്റേഴ്സിന്റെ കോർട്ട്ഷിപ്പ് ഇൻ ഏൻഷ്യന്റ് എന്ന പ്രബന്ധത്തിന്റെ ഒരു ഭാഗം ഇംഗ്ലീഷിൽ തന്നെ കൊടുത്തിട്ടുണ്ട്. 1984 ൽ കോട്ടയം ലിറ്റിൽ പ്രിൻസ് പ്രസാ

ധനം ചെയ്ത കാമസൂത്രമാണ് ഏറ്റവും ഒടുവിൽ അച്ചടിക്കപ്പെട്ടത്. മൂലശ്ലോകങ്ങളുടെ പരാവർത്തനമാണ് ഈ ഗ്രന്ഥത്തിലുള്ളത്. കോട്ടയം ഡി.സി.ബുക്സ് 1983ൽ കാമസൂത്രത്തിന്റെ ഒരു സംഗ്രഹിത പതിപ്പ് പ്രസിദ്ധീകരിച്ചിട്ടുണ്ട്.

സർ റിച്ചാർഡ് ഫ്രാൻസിസ് ബർട്ടൺ (1821 – 1890), ഫോസ്റ്റർ ഫിറ്റ്സ് ജറാൽഡ് ആർബുത്ത്നോട്ട് (1833 1901) എന്നിവർ സഹസ്ഥാപകരായി 1876 ൽ പ്രവർത്തനമാരംഭിച്ച 'കാമശാസ്ത്ര സൊസൈറ്റി ഓഫ് ലണ്ടൻ, ഇംഗ്ലണ്ട് ബനാറസ്' ആണ് 1883-ൽ കാമസൂത്രവും, 1885-ൽ അനംഗരംഗവും പ്രസിദ്ധപ്പെടുത്തിയത്. സംസ്കൃതത്തിൽ നിന്നും നേരിട്ടുള്ള ഇംഗ്ലീഷ് പരിഭാഷയായിരുന്നു അവ. ഇംഗ്ലീഷ് ഭാഷയിലേക്ക് വിവർത്തനം ചെയ്യപ്പെട്ട പുരാതന ഭാരതീയ കാമശാസ്ത്ര ഗ്രന്ഥങ്ങളിൽ ആദ്യത്തേതാണ് ഇവ. ധാരാളം സംവാദങ്ങൾക്ക് നിമിത്തമായതിനാൽ ഈ കൃതികളുടെ ഔദ്യോഗിക പ്രസാധനം 1960 വരെ നടന്നിരുന്നില്ല. അനംഗരംഗം കാമശാസ്ത്ര അഥവാ ഹിന്ദു ആർട്ട് ഓഫ് ലൗവ് എന്ന ശീർഷകത്തിൽ 1873 ൽ രഹസ്യമായി പ്രസിദ്ധപ്പെടുത്തിയിരുന്നു. പ്രോസിക്യൂഷൻ നടപടികൾ ഭയന്ന് പ്രസാധകർ പുസ്തകം പിൻവലിക്കുകയാണ് ചെയ്തത്. ഈ അനുഭവത്തിന്റെയും മറ്റും പശ്ചാത്തലത്തിലാണ് റിച്ചാർഡ് എഫ് ബർട്ടണും എഫ്. എഫ് അർബുത്ത്നോട്ടും ചേർന്ന് കാമശാസ്ത്ര സൊസൈറ്റി ഓഫ് ലണ്ടൻ സ്ഥാപിച്ച് ഗ്രന്ഥങ്ങളുടെ പ്രസാധനത്തിനു വേണ്ടി ശ്രമം കൊണ്ടത്.

❖❖❖

ഭാഗം 1

വാത്സ്യായനന്റെ കാമസൂത്രവും കല്യാണമല്ലന്റെ അനംഗരംഗവും: സമഗ്രാവലോകനം

1. വാത്സ്യായനന്റെ കാമസൂത്രം

ഭാരതീയ ജീവിതദർശനത്തിന്റെ അടിത്തറയാണ് പുരുഷാർത്ഥങ്ങൾ. ധർമ്മം, അർത്ഥം, കാമം, മോക്ഷം എന്നിവയാണ് പുരുഷാർത്ഥങ്ങൾ. മനുഷ്യന്റെ സ്വത്വമാണ് ധർമ്മം. ധർമ്മത്തിന്റെ മൂല്യമാണ് അർത്ഥം. അർത്ഥത്തിന്റെ ഉണ്മയാണ് കാമം. കാമത്തിന്റെ സാക്ഷാത്കാരമാണ് മോക്ഷം.

പ്രകൃതിയുടെ മനസ്സ് കാമവും കാമത്തിന്റെ മനസ്സ് ജീവിതവുമാണ്. ഈ രഹസ്യം ഗ്രഹിച്ച ഋഷിമാരിൽ നിന്നാണ്, കാമശാസ്ത്രങ്ങൾ ഭാരതത്തിനു ലഭിച്ചത്. ക്രമാനുസൃതമായി രചിക്കപ്പെട്ട സമഗ്രകാമശാസ്ത്രഗ്രന്ഥം എന്നു വിശേഷിപ്പിക്കാവുന്ന കൃതി വാത്സ്യായനമഹർഷിയുടെ കാമസൂത്രമാണ്. കാമസൂത്രത്തിന് പില്കാലത്തുണ്ടായ വ്യാഖ്യാനങ്ങളിൽ മികച്ചത് 'ജയമംഗല' എന്ന പേരിൽ മഹാചാര്യ യശോധരൻ രചിച്ച കൃതിയാണ്. കാമസൂത്രത്തിനു സമാനമായി മറ്റൊരു കാമശാസ്ത്രകൃതി ലോകഭാഷകളിൽ തന്നെ ഇല്ലെന്ന് കരുതപ്പെടുന്നു. കാമശാസ്ത്രപരമായി ഭാരതത്തിലുണ്ടായിട്ടുള്ള പില്കാലകൃതികളുടെ എല്ലാം ആധാരവും കാമസൂത്രം തന്നെ. 'അനംഗരംഗം' പോലെയുള്ള ഗ്രന്ഥങ്ങൾ ഈ വസ്തുത വ്യക്തമാക്കുന്നുണ്ട്.

ശരീരം, മനസ്സ്, ബുദ്ധി, ആത്മാവ്, എന്നിവയാണ് മനുഷ്യന്റെ സ്വത്വ ഭാഗങ്ങൾ. പുരുഷാർത്ഥങ്ങളുമായി ബന്ധിക്കപ്പെട്ടതാണ് മനുഷ്യ ജീവിതം. ശരീരത്തിന്റെ സന്തുഷ്ടിക്കാസ്പദം അർത്ഥവും, മനസ്സിന്റെ സന്തുഷ്ടിക്കാസ്പദം കാമവും, ബുദ്ധിയുടെ സന്തുഷ്ടിയ്ക്കാസ്പദം ധർമ്മവും, ആത്മാവിന്റെ സന്തുഷ്ടിക്കാസ്പദം മോക്ഷവുമാണെന്നു കരുതാം. പുരുഷാർത്ഥങ്ങളിൽ പരമപ്രധാനമായി 'മോക്ഷ'ത്തെയാണ് കണക്കാക്കുന്നത്. ധർമ്മാർത്ഥകാമങ്ങൾ മോക്ഷലബ്ധിക്കായുള്ള ഉപാ

ധികളാണ്. പ്രജകളെ സൃഷ്ടിച്ച ബ്രഹ്മാവ്, അവരുടെ ജീവിത ഭദ്രതയ്ക്കായി ധർമ്മാർത്ഥകാമത്തെ വിന്യസിക്കുന്ന ത്രിവർഗ്ഗശാസന ശാസ്ത്രം നിർമ്മിച്ചുവെനും അതിൽ ലക്ഷം അധ്യായങ്ങളുണ്ടായിരുന്നുവെന്നും പറയപ്പെടുന്നു. ത്രിവർഗ്ഗ ശാസനശാസ്ത്രത്തെ വിഭജിച്ച്, സ്വയംഭൂവമനു 'ധർമ്മാധികാരികം' എന്ന ഗ്രന്ഥവും ബഹിസ്പദി 'അർത്ഥാധികാരം' എന്ന ഗ്രന്ഥവും നന്ദികേശ്വരൻ 'കാമസൂത്രം' എന്ന ഗ്രന്ഥവും രചിച്ചുവത്രേ. നന്ദികേശ്വരന്റെ കാമസൂത്രത്തിന് ആയിരം അധ്യായമുണ്ടായിരുന്നുവത്രേ. ഈ ഗ്രന്ഥം സംക്ഷേപിച്ചവരിൽ പ്രധാനികൾ ഔദ്ദാല കാചാര്യനും ബാദ്രവ്യനുമാണ്. ബാദ്രവ്യൻ ഏഴ് അധികരണങ്ങളാക്കി യഥാക്രമംസാധാരണം. സാമ്പ്രയോഗികം, കന്യാ സംപ്രയുക്തം, ഭാര്യാധികാരികം, പാരദാരികം,വൈശികം, ഓപനിഷദകം എന്നിങ്ങനെയാണ് സംഗ്രഹിച്ചത്.

കാമശാസ്ത്രപരമായി രചിക്കപ്പെട്ട ഗ്രന്ഥങ്ങളിലെ അന്ത:സത്ത ഉൾക്കൊള്ളിച്ചുകൊണ്ടാണ് വാത്സ്യായനമഹർഷി 'കാമസൂത്രം' രചിച്ചത്. ഏഴ് അധികരണങ്ങളും മുപ്പത്താറദ്ധ്യായങ്ങളും അറുപത്തിനാലു പ്രകരണങ്ങളും ആയിരത്തിഇരുന്നൂറ്റമ്പതു സൂത്രങ്ങളും ശ്ലോകങ്ങളുമാണു വാത്സ്യായനകാമസൂത്രത്തിലുള്ളത്. കാമസൂത്രത്തിലെ അധികരണങ്ങൾ സാധാരണം, സാമ്പ്രയോഗം, കന്യാ സംപ്രയുക്തകം, ഭാര്യാധികാരികം, പാരദാരികം, വൈശികം, ഔപനിഷദികം എന്നിവയാണ്.

ഒന്നാം അധികരണത്തിൽ അഞ്ച് അധ്യായങ്ങളിലായി ശാസ്ത്രസംഗ്രഹം, ത്രിവർഗ്ഗപ്രതിപത്തി, വിദ്യാസമുദ്ദേശ്യം, നാഗരകവൃത്തം, നായക സഹായ ദൂതീകർമ്മവിമർശം എന്ന് അഞ്ചു പ്രകരണമുണ്ട്. രണ്ടാം അധികരണത്തിൽ പത്ത് അധ്യായത്തിലായി രതാവസ്ഥാപനം, പ്രീതിവിശേഷങ്ങൾ, ആലിംഗന വിചാരങ്ങൾ, ചുംബന വികല്പങ്ങൾ, നഖച്ഛേദ്യവിധികൾ, ദന്തച്ഛേദ്യവിധികൾ, ദേശ്യോപചാരങ്ങൾ, സംവേശനപ്രകാരങ്ങൾ, ചിത്രരതങ്ങൾ, പ്രഹണനയോഗങ്ങൾ, സീൽക്കാരം, പുരുഷായിതം, പുരുഷോപസൃപ്തകങ്ങൾ, ഔപരിഷ്ടകം, രതാരംഭാവസാനികം, രതി വിശേഷങ്ങൾ, പ്രണയകലഹം എന്നിങ്ങനെ പതിനേഴു പ്രകരണം ഉണ്ട്.

മൂന്നാം അധികരണത്തിൽ അഞ്ച് അധ്യായത്തിലായി വരണവിധാനം, സംബന്ധനിർണ്ണയം, കന്യാവിസ്രംഭണം, ബാലോപക്രമം, ഇംഗിതാകാരസൂചനം, ഏകപുരുഷാഭിയോഗം, പ്രായോജ്യോപാവർത്തനം, കന്യാപ്രതിപത്തി, വിവാഹയോഗം എന്ന് ഒമ്പതു പ്രകരണമുണ്ട്. നാലാം അധികരണത്തിൽ രണ്ടധ്യായത്തിലായി ഏകചാരിണീവൃത്തം, പ്രവാസചര്യ, സപത്നികളിൽ ജ്യേഷ്ഠാവൃത്തം, കനിഷ്ഠാവൃത്തം, പുനർഭൂവൃത്തം, ദുർഭഗാവൃത്തം, അന്തപ്പുരികം, പുരുഷന്റെ ബഹുഭാര്യാ പ്രതിപത്തി എന്ന് എട്ട് പ്രകരണം ഉണ്ട്.

അഞ്ചാം അധികരണത്തിൽ ആറ് അധ്യായത്തിലായി സ്ത്രീപുരുഷശീലാവസ്ഥാപനം, വ്യാവർത്തകാരണങ്ങൾ, സ്ത്രീകളിൽ സിദ്ധന്മാരായ പുരുഷന്മാർ, അയത്നസാധ്യകളായ സ്ത്രീകൾ, പരിചയകാരണങ്ങൾ, അഭിയോ

ഗങ്ങൾ, ഭാവപരീക്ഷ, ദൂതീകർമ്മങ്ങൾ, ഈശ്വരകാമിതം, അന്തഃപുരികവും ദാരരക്ഷിതവും എന്ന് പത്തു പ്രകരണം ഉണ്ട്. ആറാം അധികരണത്തിൽ ആറധ്യായത്തിലായി ഗമ്യചിന്ത, ഗമനകാരണങ്ങൾ, ഉപാവർത്തന വിധി, കാന്താനുവർത്തനം, അർത്ഥാഗമോപായങ്ങൾ. വിരക്തലക്ഷണങ്ങൾ, വിരക്തപ്രതിപത്തി, നിഷ്കാസന പ്രകാരങ്ങൾ, വിശീർണ്ണപ്രതിസന്ധാനം. ലാഭവിശേഷം, അർത്ഥാനർത്ഥ വിചാരം, വേശ്യാവിശേഷങ്ങൾ, എന്നിങ്ങനെ പന്ത്രണ്ടു പ്രകരണങ്ങളുമുണ്ട്.ഏഴാം അധികരണത്തിൽ രണ്ടധ്യായത്തിലായി സുഭഗംകരണം, വശീകരണം, വൃഷ്യയോഗങ്ങൾ, നഷ്ടരാഗപ്രത്യാനയനം, വൃദ്ധിവിധികൾ, ചിത്രയോഗങ്ങൾ എന്ന് ആറ് പ്രകരണവും ഉണ്ട്.

പ്രതിപാദനം:

ഒന്നാം അധികരണം

ഒന്നാം അധികരണത്തിലെ ഒന്നാമധ്യായമായ ശാസ്ത്രസംഗ്രഹ പ്രകരണത്തിൽ സ്വഭാവത്തെ ആസ്പദമാക്കി മനുഷ്യനെ ബ്രാഹ്മണൻ, ക്ഷത്രിയൻ, വൈശ്യൻ, ശൂദ്രൻ എന്ന് നാലു വർണ്ണങ്ങളായി തിരിച്ചിട്ടുണ്ടെന്നും ബ്രഹ്മചാരി, ഗൃഹസ്ഥൻ, വൈഖാനസൻ, ഭിക്ഷു എന്നിങ്ങനെ നാല് ആശ്രമങ്ങൾ കല്പിക്കപ്പെട്ടിട്ടുണ്ടെന്നും കാണുന്നു. ത്രിവർഗ്ഗാനുഷ്ഠാനമായ ധർമ്മാർത്ഥകാമത്തിലൂടെ മനുഷ്യനു മോക്ഷപ്രാപ്തിയുണ്ടാവുമെന്നും പറയുന്നുണ്ട്. കാമസൂത്രത്തിലെ അധികരണം, അധ്യായം, പ്രകരണം എന്നിങ്ങനെ വിഷയപ്രതിപാദനാത്മകമായ സംഗ്രഹം ഈ ഭാഗത്തു കൊടുത്തിട്ടുണ്ട്.

രണ്ടാം അധ്യായമായ ത്രിവർഗ്ഗപ്രതിപത്തി കരണത്തിൽ അനുഷ്ഠാനം, അവബോധം, സമ്പ്രതിപത്തി എന്ന് പ്രതിപത്തി മൂന്നുവിധത്തിലുണ്ടെന്നു പറയുന്നു. മനുഷ്യായുസ്സ് നൂറുവർഷം. ഇതിൽ ബാല്യം പതിനാറു വയസ്സുവരെയും, യൗവ്വനം പതിനാറിനുമേൽ എഴുപതുവയസ്സുവരെയും, വാർദ്ധക്യം എഴുപതിനുമേൽ ജീവിതാന്ത്യം വരെയുമാണ്. ബാല്യത്തിൽ അർത്ഥത്തെയും യൗവനത്തിൽ കാമത്തെയും, സ്വീകരിച്ചിട്ട് വാർദ്ധക്യത്തിൽ ധർമ്മമോക്ഷങ്ങളെ പൂകേണ്ടതാണ്. ധർമ്മം രണ്ടുവിധിത്തിലുണ്ട്. വിധിരൂപമെന്നും നിഷേധരൂപമെന്നും. അർത്ഥം ധനാർജ്ജനമാണ്. കാമം സാമാന്യം വിശേഷം എന്നു രണ്ടു വിധം. വിഷയേച്ഛയാണ് സാമാന്യം. ഇച്ഛാപ്രവർത്തിയാണ് വിശേഷം. ധർമ്മപൂർവ്വം അർത്ഥം നേടേണ്ടതും ധർമ്മത്തെ നിലനിർത്തി കാമം സാധ്യമാക്കേണ്ടതുമാണ്.

മൂന്നാം അധ്യായമായ വിദ്യാ സമുദ്ദേശ്യപ്രകരണത്തിൽ വിദ്യ അഭ്യസിക്കേണ്ടതിന്റെ പ്രാധാന്യം പറയുന്നു. പുരുഷനും സ്ത്രീയും വിദ്യഅഭ്യസിക്കണം. കാമശാസ്ത്രത്തിനു പുറമേ അറുപത്തിനാല് കലകൾ കൂടി സ്ത്രീകൾ അഭ്യസിക്കേണ്ടതുണ്ട്. ഗീതം, വാദ്യം, നൃത്യം, ആലേഖ്യം, വിശേഷകച്ഛേദ്യം, തണ്ഡൂല കുസുമബലിവികാരം, പുഷ്പാസ്തരണം, ദശനവസനാംഗരാഗം, മണിഭൂമികാകർമ്മം, ശയന രചനം, ഉദകവാദ്യം, ഉദകാഘാതം, ചിത്രയോഗങ്ങൾ, മാല്യഗ്രഥന വികല്പങ്ങൾ, ശേഖരകാപീഡയോജനം, നേപഥ്യപ്രയോഗങ്ങൾ,

കർണ്ണപത്രഭംഗങ്ങൾ, ഗന്ധയുക്തി, ഭൂഷണയോജനം, ഐന്ദ്രജാലങ്ങൾ, കൗചുമാരയോഗങ്ങൾ, ഹസ്ത ലാഘവം, ഭക്ഷ്യവികാരക്രിയ, പാനകാഭിയോജനം, സൂചിവാന കർമ്മങ്ങൾ, സൂത്രക്രിയ, വീണാഡമരുകവാദ്യങ്ങൾ, പ്രഹേളിക, പ്രതിമാല, ദുർവാചകയോഗങ്ങൾ, പുസ്തുകവാചനം, നാടകാഖ്യായികാ ദർശനം, കാവ്യസമസ്യാപൂരണം, പട്ടികാവേത്ര വാനവി കല്പങ്ങൾ, തക്ഷകർമ്മങ്ങൾ, തക്ഷണം, വാസ്തുവിദ്യ, ത്രപ്യരത്ന പരീക്ഷ, ധാതുവാദം, മണിരാഗാകരജ്ഞാനം, വൃക്ഷായുർവേദയോഗങ്ങൾ, മേഷകുക്കുടലാവകയുദ്ധവിധി, ശുകശാരിക, പ്രലാപനം, ഉത് സാദനാദികൗശലം, അക്ഷരമുഷ്ടികാ കഥനം,മ്ലേച്ഛിത വികല്പങ്ങൾ, ദേശഭാഷാവിജ്ഞാനം, പുഷ്പശകടിക, നിമിത്തജ്ഞാനം, യന്ത്രമാതൃക, ധാരണമാതൃക, സാപാഠ്യം, മാനസകാവ്യക്രിയ, അഭിധാനകോശം, ഛന്ദോജ്ഞാനം, ക്രിയാകല്പം, ഛലിതകയോഗം, വസ്ത്രഗോപനം, ദ്യൂത വിശേഷം, അക്ഷാകർഷകക്രീഡ, ബാലക്രീഡനങ്ങൾ, വൈനയാനവിദ്യ, വൈജയവിദ്യ, വ്യായാമിക വിദ്യ എന്നിവയാണ് കലകൾ.

നാലാം അധ്യായമായ നാഗരകവൃത്ത പ്രകരണത്തിൽ നാഗരികരുടെ ഗൃഹസ്ഥാശ്രമ പ്രവേശകാര്യങ്ങൾ പ്രതിപാദിച്ചിരിക്കുന്നു. വാസസ്ഥലം കണ്ടു പിടിച്ചു വീടുവയ്ക്കൽ, ശയന ഗൃഹവും ക്രീഡാഗൃഹവും തയ്യാറാക്കൽ, ക്രീഡാഗൃഹ സജ്ജീകരണങ്ങൾ, ദിനചര്യ, സ്നാനം, ഭക്ഷണക്രമം, ഉറക്കം, രതിക്രീഡാ കലാവിനോദങ്ങൾ, ഉത്സവങ്ങൾ, വേശ്യാ സ്വീകാര സല്ലാപങ്ങൾ, മദ്യപാനം, ഉദ്യാനയാത്ര, കാമപൂജ, ദേശക്രീഡകൾ, എന്നിവയാണവ. തുടർന്ന് ഉപനാഗരന്മാരുടെ ലക്ഷണം പറയുന്നു. പീഠമർദ്ദൻ, വിടൻ, വിദൂഷകൻ എന്ന് മൂന്നു തരക്കാരാണ് ഉപനാഗരർ, നാഗരന്മാരുടെയും വേശ്യകളുടെയും പാർശ്വവർത്തികളാണ് ഉപനാഗന്മാർ.

അഞ്ചാം അധ്യായമായ നായകസഹായദൂതകർമ്മ വിമർശപ്രകരണത്തിൽ ആദ്യം നായികമാരെപ്പറ്റി പറയുന്നു. കന്യ, പുനർഭൂ, വേശ്യ എന്നു നായികമാർ മൂന്നുവിധം. പുത്രഫല, സുഖഫല എന്നു കന്യക രണ്ടുവിധം. അക്ഷതയോനി, ക്ഷതയോനി എന്നു പുനർഭൂ രണ്ടുവിധം. പരസ്ത്രീഗമന സാധൂകരണം, നായികാവിഷയത്തിലെ അഭിപ്രായാന്തരങ്ങൾ എന്നിവ പരിശോധിച്ചിട്ട് നായകനെക്കുറിച്ച് വിശകലനം ചെയുന്നു. സാർവ്വലൗകികനായി ഒരു നായകനേ ഉള്ളുവെങ്കിലും ഗുണങ്ങൾ ആധാരമാക്കി നായകന്മാരെ ഉത്തമനായകൻ, മധ്യമനായകൻ, അധമനായകൻ, എന്ന് മൂന്നായി തിരിച്ചിരിക്കുന്നു. നായകന് അഗമ്യകളായ സ്ത്രീകൾ കഷ്ഠിനി, ഉന്മത്ത, പതിത, ഭിന്നരഹസ്യ, പ്രകാശപ്രാർത്ഥിനി, ഗതപ്രിയയൗവനാ, അതിശ്വേത, അതികൃഷ്ണ, ദുർഗന്ധമുള്ളവൾ, സംബന്ധിനി, സഖി, പ്രവ്രജിത, സംബന്ധി, എന്നിവരാണ്. സ്നേഹം, ഗുണം, ജാതി ഇവ അടിസ്ഥാനമാക്കി മിത്രങ്ങളെ സ്നേഹമിത്രങ്ങൾ, ഗുണമിത്രങ്ങൾ, ജാതിമിത്രങ്ങൾ എന്ന് മൂന്നായിതിരിച്ചിരിക്കുന്നു. സ്നേഹമിത്രങ്ങൾ ഒമ്പതുവിധത്തിലും ഗുണമിത്രങ്ങൾ എട്ടുവിധത്തിലും ജാതിമിത്രങ്ങൾ വെളുത്തേടൻ, ക്ഷുരകൻ, മാലകെട്ടിവിൽക്കുന്നവൻ,

സുഗന്ധദ്രവ്യവില്പനക്കാരൻ, മദ്യമുണ്ടാക്കുന്നവൻ, വെറ്റിലക്കച്ചവടക്കാരൻ, സ്വർണ്ണപ്പണിക്കാരൻ, ഭിക്ഷക്കാരൻ, കന്നുകാലിമേയ്ക്കുന്നവൻ, പീഠമർദ്ദൻ, വിടൻ,വിദൂഷകൻ തുടങ്ങി പലരത്തിലുണ്ട്. ദൂതന്മാർക്കുണ്ടാകേണ്ടഗുണങ്ങൾ ബുദ്ധിപൂർവ്വമായി സംസാരിക്കാനുള്ള വൈഭവം, ധൈര്യം, പ്രാഗത്ഭ്യം, നായികാ ചേഷ്ടഗ്രഹിച്ചു പറയാനും പ്രവർത്തിക്കാനുമുള്ള കഴിവ്, സമയമറിഞ്ഞ് സംസാരിക്കാനുള്ളകഴിവ്, ശങ്കയുണ്ടായാൽ ഉടൻ തീരുമാനമെടുക്കാനുള്ള കഴിവ്, ഉപായം കണ്ടുപിടിക്കൽ എന്നിവയാണ്.

രണ്ടാം അധികരണം:

രണ്ടാം അധികരണത്തിന് സാമ്പ്രയോഗികം എന്നാണ് പേര്. സാമ്പ്രയോഗികം, എന്നതിന് സുരതത്തെപ്പറ്റിയുള്ളത് എന്നർത്ഥം. ഈ അധികരണത്തിലെ ഒന്നാം അധ്യായമായ രതാവസ്ഥാനപ്രകരണത്തിൽ ആദ്യമായി രതാവസ്ഥാപനത്തെക്കുറിച്ച് പറയുന്നു. ലിംഗത്തിന്റെ വലിപ്പം അടിസ്ഥാനമാക്കി പുരുഷന്മാരെ മുയൽ, കാള, കുതിര എന്നു മൂന്നു തരത്തിലും യോനിയുടെ ആഴത്തെ ആസ്പദമാക്കി മാൻ, പെൺകുതിര, പിടിയാന എന്നു മൂന്നു തരത്തിലും വിഭജിച്ചിരിക്കുന്നു. പുരുഷലിംഗത്തിന് പരുഷവിഭജനക്രമമനുസരിച്ച് യഥാക്രമം ആറ്,ഒമ്പത്, പന്ത്രണ്ട് അംഗുല വലിപ്പവും സ്ത്രീയോനിക്ക ്സ്ത്രീവിഭജനക്രമമനുസരിച്ച് യഥാക്രമം ആറ്, ഒമ്പത്, പന്ത്രണ്ട് അംഗുല ആഴവും ഉണ്ടാകുമെന്നാണ് പ്രമാണം.

സ്ത്രീപുരുഷന്മാരുടെ സദൃശസാമ്പ്രയോഗംകൊണ്ട് സമരതങ്ങൾ മൂന്നാണ്. സദൃശസാമ്പ്രയോഗത്തിന് വിപരീതമായി വിഷമസാമ്പ്രയോഗം ആറു വിധത്തിലുണ്ട്. ലിംഗയോനികൾക്ക് വലിപ്പം തുല്യമില്ലാത്തിടത്താണ് വിഷമസാമ്പ്രയോഗം. സമരതങ്ങൾ ഉത്തമങ്ങളാണ്. സ്ത്രീയോനിക്ക് പുരുഷലിംഗത്തേക്കാൾ വലിപ്പമുള്ളത് നീചരതമാണ്. ലിംഗയോനികൾക്ക് തമ്മിൽ ചേർച്ച ഇല്ലാത്തതാണ് കാരണം.

രതാവസാനത്തിലുള്ള തൃപ്തി ആസ്പദമാക്കി പുരുഷന്മാരെ മന്ദവേഗൻ, മധ്യമവേഗൻ, ചണ്ഡവേഗൻ എന്നും, സ്ത്രീകളെ മന്ദവേഗ, മധ്യമവേഗ, ചണ്ഡവേഗ എന്നും മൂന്നുവിധത്തിൽ തിരിച്ചിരിക്കുന്നു. തരം തിരിക്കലിന് ആസ്പദം ഇച്ഛാവീര്യസഹനശക്തികളുടെ ഏറ്റക്കുറിച്ചിലാണ്. ഇച്ഛാവീര്യങ്ങൾ അധികമായും ദന്താഭിക്ഷതസഹനത്തിൽ ശക്തനായും ഇരിക്കുന്ന പുരുഷനാണ് ചണ്ഡവേഗൻ. ഇച്ഛാവീര്യങ്ങൾ മദ്ധ്യമമായും ദന്താഭിക്ഷത സഹനത്തിൽ ഒരു വിധം ശക്തനായുമുള്ള പുരുഷനാണ് മദ്ധ്യമവേഗൻ. സുരതത്തിൽ ഇച്ഛകുറഞ്ഞ് ശുക്ലം അല്പമായി ദന്തനഖക്ഷതങ്ങൾ സഹിക്കാൻ അശക്തനുമായ പുരുഷനാണ് മന്ദവേഗൻ. കാലത്തെ ആസ്പദമാക്കിയും പുരുഷന്മാരെ ശീഘ്രകാലൻ, മദ്ധ്യകാലൻ, ചിരകാലൻ എന്നും സ്ത്രീകളെ ശീഘ്രകാല, മധ്യകാല, ചിരകാല എന്നും തിരിച്ചിട്ടുണ്ട്.

രതിക്ക് പര്യായപദങ്ങളാണ് രസം, പ്രീതി, ഭാവം, രാഗം, വേഗം, സമാപ്തി എന്നിവ. സുരതത്തിന്റെ പര്യായപദങ്ങളാണ് സാമ്പ്രയോഗം, രതം, രഹസ്സ്, ശയനം, മോഹനം എന്നിവ. പ്രീതിവിശേഷ പ്രകരണത്തിൽ പ്രീതിക്കു വ്യവസ്ഥ

ചെയ്യുന്നു. അഭ്യാസം കൊണ്ടും അഭിമാനം കൊണ്ടും സംപ്രത്യയം കൊണ്ടും വിഷയങ്ങളെക്കൊണ്ടും പ്രീതി നാലുതരത്തിലുണ്ട്. അവ യഥാക്രമം അഭ്യാസികി, അഭിമാനികി, സംപ്രത്യയാത്മിക, വിഷയാത്മിക എന്നിവയാണ്.

രണ്ടാം അധ്യായമായ ആലിംഗന വിചാരപ്രകരണത്തിൽ സാമ്പ്രയോഗത്തിന്റെ സമ്പ്രദായങ്ങൾ വിശകലനം ചെയ്യുന്നു. സാമ്പ്രയോഗ (സുരത) സമ്പ്രദായങ്ങൾക്ക് ചതു:ഷഷ്ടി എന്നും പറയാറുണ്ട്. ആലിംഗനം, ചുംബനം, നഖച്ഛേദ്യം, ദശനച്ഛേദ്യം,സംവേശനം. സീൽകൃതം, പുരുഷായിതം, ഔപരിഷ്ടകം എന്നിങ്ങനെ എട്ടംഗങ്ങളാണ് സാമ്പ്രയോഗത്തിലുള്ളത്. (ഇവ ഓരോന്നിനും എട്ടെട്ടു ഭേദങ്ങളുൾപ്പെടെ അറുപത്തിനാലു അംഗങ്ങൾ സാമ്പ്രയോഗത്തിനുണ്ടെന്നാണ് ബാഭ്രവീയന്മാർ പറയുന്നത്.അവർ എട്ടംഗങ്ങൾക്കു പുറമേ പ്രഹണനം, വിരുതം, പുരുഷോപസൃപ്തം ചിത്രരഥം എന്നിവയെയും ഉൾക്കൊള്ളിക്കുന്നു.

നായികാനായകന്മാർ സംയോഗത്തിനു മുമ്പു ചെയ്യുന്ന ആലിംഗനങ്ങൾ നാലുവിധത്തിലുണ്ട്. സ്പൃഷ്ടകം, വിദ്ധകം, ഉദ്ധൃഷ്ടകം, പീഡിതകം എന്നിവ. സുരതവേളയിൽ ചെയ്യുന്ന ആലിംഗനങ്ങളും നാലു വിധമുണ്ട്. ലതാവേഷ്ടിതകം, വൃക്ഷാധിരൂഢകം, തിലതണ്ഡൂലകം, ക്ഷീരനീരകം എന്നിവ. (ഇവ ബാഭ്രവ്യൻ നിർദ്ദേശിക്കുന്ന ആലിംഗനപ്രകാരങ്ങളാണ്. ഇവയ്ക്കു പുറമേ ഊരൂപഗൂഹനം, ജഘനോപഗുഹനം, സ്തനാ ലിംഗനം, ലലാടിക എന്നിങ്ങനെ നാലുവിധം ആലിംഗനത്തെപ്പറ്റിയും സുവർണ്ണനാഭൻ പറയുന്നുണ്ട്.

മൂന്നാം അധ്യായമായ ചുംബനവികല്പപ്രകരണത്തിൽ ചുംബനരീതികൾ, സന്ദർഭം, ചുംബനസ്ഥാനങ്ങൾ എന്നിവയെക്കുറിച്ച് പറയുന്നു. ലലാടം, അളകം, കപോലം, നയനം, വക്ഷസ്, സ്തനം, ഓഷ്ഠം, മുഖാന്തർഭാഗം എന്നിവയാണ് ചുംബനസ്ഥാനങ്ങൾ, (ലാടദേശക്കാർ ഇവയ്ക്കുപുറമേ ഊരുസന്ധി, ബാഹുമൂലം,നാഭിമൂലം എന്നിവയേയും ചുംബന സ്ഥാനങ്ങളായി സ്വീകരിച്ചിട്ടുണ്ട്.

കന്യാചുംബനങ്ങൾ നിമിത്തകം, സ്ഫുരിതകം, ഘടിതകം, എന്നു മൂന്നുവിധത്തിലുണ്ട്. അധരചുംബനം, സമചുംബനം, തിര്യക് ചുംബനം, ഉദ്ഭ്രാന്ത ചുംബനം, അവപീഡിതകം (അധരപാനം) എന്നു നാലു വിധത്തിലുണ്ട്. അധരചുംബനത്തിൽ ചൂതുകളി അഥവാ ചുംബനദ്യുതം എന്നൊരു സമ്പ്രദായമുണ്ട്.

അധരോഷ്ഠങ്ങളെ ഒന്നിച്ചു ചുംബിക്കുന്നതിന് സംപുടകം എന്നു പറയുന്നു. സമം, തിര്യക്, ഉദ്ഭ്രാന്തം, അവപീഡിതകം എന്നു സംപുടകം നാലു വിധത്തിലുണ്ട്. ജിഹ്വാ യുദ്ധം നാലുവിധത്തിലുണ്ട്. അന്തർമുഖ ചുംബനം, ദന്തചുംബനം, ജിഹ്വാചുംബനം, താലുചുംബനം, എന്നിങ്ങനെ, അധരം, അന്തർമുഖം എന്നിവയൊഴിച്ച് ലലാടം തുടങ്ങിയ സ്ഥാനങ്ങളിൽ ഉള്ള ചുംബനം, നാലുവിധത്തിലുണ്ട്. സമം പീഡിതം, അഞ്ചിതം, മൃദു എന്നിവ. രാഗദീപനം, ചലിതകം, പ്രാതിബോധികം, ഛായാചും

ബനം, സംക്രാന്തകം, ഹസ്താംഗുലീചുംബനം, പാദാംഗുലീചുംബനം, ഊരു ചുംബനം,അംഗുഷ്ഠ ചുംബനം എന്നിങ്ങനെ രാഗസൂചകങ്ങളായ ചുംബനങ്ങൾ വേറെയുമുണ്ട്.

നാലാം അധ്യായമായ നഖരദനജാതി പ്രകരണത്തിൽ നഖദന്തപ്രയോഗങ്ങളെ വിവരിക്കുന്നു. രൂപവത്ത്, അരൂപവത്ത് എന്ന് നഖ വിലേഖനം രണ്ടുവിധമുണ്ട്. രൂപവത്ത് എട്ടുവിധത്തിലുണ്ട്. ആച്ഛുരിതകം, അർദ്ധചന്ദ്രൻ, മണ്ഡലം, ലേഖ, വ്യാഘനഖം,മയൂരപദകം, ശശപ്ലുതകം, ഉല്പലപത്രകം എന്ന്. അഞ്ചാം അധ്യായമായ ദശനച്ഛേദ്യവിധി പ്രകരണത്തിൽ ദന്തച്ഛേദ്യം നടത്തേണ്ടരീതികൾ, സ്ഥാനങ്ങൾ, പല്ലിനുണ്ടായിരിക്കേണ്ട ഗുണങ്ങളും ദോഷങ്ങളും എന്നിവ പറയുന്നു. മുഖ്യമായ ദന്തച്ഛേദ്യങ്ങൾ ഗുഢകം, ഉപ്ഛൂനകം, ബിന്ദു, ബിന്ദുമാല, പ്രവാളമണി, മണിമാല എന്നിവയാണ് ഖണ്ഡാഭ്രകം, വരാഹചർവ്വിതകം എന്നിവയും ദന്തച്ഛേദ്യത്തിൽപെടുന്നു.

ദേശ്യോപചാരപ്രകരണത്തിൽ ദേശഭേദത്തിനനുസരിച്ചുള്ള സാമ്പ്രയോഗ സമ്പ്രദായങ്ങൾ വിവരിക്കുന്നു. ചുംബനം, നഖക്ഷതം, ദന്തക്ഷതം, ആലിംഗനം, നഖവിലേഖനം, മുഖസുരതം, സുരതക്രീഡകൾ, മൃദുഭാഷണം എന്നിവ ദേശഭേദങ്ങൾക്കനുസൃതവും സ്ത്രീ സ്വഭാവത്തിനനുസൃതവും വ്യത്യസ്തത കൈവരുത്തുന്നു. പ്രകൃതിസിദ്ധമായ ഉപചാരമാണ് പ്രയോഗിക്കേണ്ടതെന്ന സുവർണ്ണനാഭമതത്തെയാണ് വാത്സ്യായനൻ അംഗീകരിച്ചിരിക്കുന്നത്.

ആറാം അധ്യായമായ 'സംവേശനവിധി പ്രകരണ'ത്തിൽ സുരതത്തിനായുള്ള ശയനരീതികൾ പറയുന്നു. ലിംഗവുംയോനിയും സംഗമിക്കുന്നതിനനുകൂലമായ ശയനമാണ് സംവേശനം. സാമ്പ്രയോഗ സമയം ജഘനത്തെ വിടർത്തുകയോ ചുരുക്കുകയോ ചെയ്യുമ്പോൾ സ്ത്രീജഘനത്തിനു സംഭവിക്കുന്ന മാറ്റങ്ങൾക്ക് ഉദ്ഫുല്ലകം, വിജംഭിതകം ഇന്ദ്രാണികം എന്നിങ്ങനെയാണ് പേരു നല്കിയിട്ടുള്ളത്.

സ്ത്രീയും പുരുഷനും ഒന്നിച്ച് കാലു നീട്ടികൊണ്ടുള്ള യോനി ലിംഗ പ്രവേശമാണ് സമ്പുടകം. പാർശ്വസമ്പുടകം, ഉത്താനസുമ്പടകം, എന്നിങ്ങനെ സമ്പുടകം രണ്ടു വിധമുണ്ട്. പീഡിതകം,വേഷ്ടിതകം, ബാഡവകംഎന്നിങ്ങനെ സമ്പുടകത്തിന് വകഭേദമുണ്ട്. (സുവർണ്ണനാഭന്റെ വിധിയനുസരിച്ച് പത്തുതരം രതിശയനങ്ങളുണ്ട്. ദൃഗ്നകം, ജ്രംഭിതകം, ഉദ്പീഡിതകം. അർദ്ധപീഡിതകം, വേണുദാരികം, ശൂലാചിതകം, കാർക്കടകം, പീഡിതകം, പത്മാസനം, പരാവൃത്തകം, എന്നിങ്ങനെ) സുവർണ്ണനാഭന്റെ രതിരീതികൾ അഭ്യാസംകൊണ്ട് സാധിക്കേണ്ടതാണ്. ആവശ്യമെങ്കിൽ മാത്രമെ പ്രയോഗിക്കാവൂ എന്നാണ് വാത്സ്യായന്റെ നിർദേശം. മലർന്നുകിടന്നോ ചരിഞ്ഞു കിടന്നോ ചെയ്യാവുന്ന ശയനസുരതമാണത്രേ അഭികാമ്യം. ശയിക്കാതെ ചെയ്യുന്ന രതിക്രീഡയെ ചിത്രരതമെന്നു പറയുന്നു. യശോധരനും, ദത്തകനും ചിത്രരതത്തെക്കുറിച്ച് പറഞ്ഞിട്ടുണ്ട്. സ്ഥിതരതം, അവലംബിതകം, ധേനുകം, സംഘാടകം, ഗോയൂഥികം, എന്നിവ ചിത്രരതങ്ങളാണ്. ജഘനത്തിന്റെ അധോഭാഗമായഗുദദ്വാരത്തിൽ ചെയ്യുന്ന ചിത്രരതങ്ങളെ അധോരതം എന്നുപറയുന്നു.

ഏഴാം അധ്യായമായ 'പ്രഹണനസീൽക്കാര പ്രകരണ'ങ്ങളിൽ സുരത ക്രിയയിൽ മുഖ്യമായ പ്രഹണനം, സീൽക്കാരം എന്നിവയെക്കുറിച്ചു പറയുന്നു. പ്രഹർഷപ്പെടുത്തുന്ന താഡനമാണ് പ്രഹണനം. ചുമലുകൾ, ശിരസ്സ്, മുലകൾ, പൃഷ്ഠം, ജഘനം, പാർശ്വങ്ങൾ എന്നിവിടങ്ങൾ പ്രഹണനസ്ഥാനങ്ങളാണ്. പ്രഹണനങ്ങൾ നാലുവിധമുണ്ട്. അപഹസ്തകം, പ്രസൃതകം, മുഷ്ടി, സമത ലകം എന്ന്. പ്രഹണനത്തിൽനിന്നാണ് സീൽക്കാരമുണ്ടാകുന്നത്. കുയിൽ, മാടപ്രാവ്, കിളി, വണ്ട്, കുളക്കോഴി, അരയന്നം, വെള്ളിപ്പക്ഷി, പ്രാവ് മുതലാ യവയുടെ ശബ്ദങ്ങളെ അനുകരിച്ച് സീൽക്കാരംചെയ്യേണ്ടതാണ്. ശിരസ്സ്, മുല, ജഘനം, എന്നിവയാണ് സ്ത്രീയുടെ രാഗസ്ഥാനങ്ങൾ. രാഗസ്ഥാനങ്ങളിൽ പ്രഹണനം ചെയ്താൽ സ്ത്രീ രാഗപരവശയാകും. ചില ആചാര്യന്മാർ നാലു തരത്തിലുള്ള പ്രഹണനങ്ങൾ കൂടി പറഞ്ഞിട്ടുണ്ട്. കീലാ,കർത്തരി, വിദഗ്ധ, സംദംശിക എന്നിങ്ങനെ. മാറിടത്തിൽ പ്രയോഗിക്കുന്നത് കീലാ, തലയിൽ പ്രയോഗിക്കുന്നത് കർത്തരി, കവിളുകളിൽ പ്രയോഗിക്കുന്നത് വിദഗ്ധ, മുല കളിലും വശങ്ങളിലും പ്രയോഗിക്കുന്നത് സംദംശിക.

എട്ടാം അദ്ധ്യായമായ പുരുഷായിത പ്രകരണത്തിൽ പുരുഷായിതവിധികൾ പറയുന്നു. പുരുഷന്റെ അനുവാദത്തോടുകൂടി സ്ത്രീ പുരുഷന്റെ മാറിൽ കയറി ക്കിടന്ന് രതി ലീലചെയ്യുന്നതിനെയാണ് പുരുഷായിതംഎന്നു പറയുന്നത്. പുരുഷായിതം രണ്ടു തരത്തിലുണ്ട്. ബാഹ്യം, ആഭ്യന്തരം എന്ന്.

പുരുഷോപസൃപ്തക പ്രകരണത്തിൽ പുരുഷോപസൃപ്തകത്തിന്റെ സ്വരൂ പവും പറയുന്നു. പുരുഷോപസൃപ്തകങ്ങൾ പത്തെണ്ണമുണ്ട്. ഉപസൃപ്തകം, മന്ഥനം, ഹുലം, അവമർദ്ദനം,പീഡിതകം, നിർഘാതം, വരാഹഘാതം, വൃഷാഘാതം, ചടകവിലസിതം, സംപുടകം എന്നിങ്ങനെ, പുരുഷായിതത്തിൽ സംദംശം, ഭ്രമരകം, പ്രേം ഖോളിതകം, എന്നു മൂന്നു വിഭാഗം കൂടിയുണ്ട്. ആർത്തവസമയത്ത് പുരുഷായിതം നിഷിദ്ധമാണ്. ഗർഭിണിക്കും പുരുഷായിതം പാടില്ല. തടിച്ച ശരീരമുള്ള സ്ത്രീയും പുരുഷായിതം ചെയ്യരുത് എന്നാണ് ആചാര്യ വിധി. ഒൻപതാം അധ്യായമായ ഔപരിഷ്ടകപ്രകരണത്തിൽ നപുംസക പ്രകൃതിയിലെ സുരതക്രിയയെപ്പറ്റി പറയുന്നു. നപുംസകപ്രകൃതി സ്ത്രീ രൂപിണി എന്നും പുരുഷരൂപിണി എന്നും രണ്ടുതരമുണ്ട്. ഓഷ്ഠം അഥവാ ചുണ്ടുകൾ കൊണ്ട് ചെയ്യുന്ന സുരതക്രിയയ്ക്ക് ഔപരിഷ്ടകം എന്നു പറയുന്നു. ഔപരിഷ്ടകം എട്ടുതരമുണ്ട്. നിമിതം, പാർശ്വദോഷ്ടകം, ബഹിസ്സം ദംശം. അന്തസ്സംദശം, ചുംബിതകം, പരിമൃഷ്ടകം, ആമ്രചൂഷിതകം, സംഗരം എന്നിങ്ങനെ.

പത്താം അധ്യായമായ രതാരംഭാവസാനിക പ്രകരണത്തിൽ രതാ രംഭത്തെക്കുറിച്ചും രതാവസാനത്തെക്കുറിച്ചും പറയുന്നു. രതവിശേഷ പ്രകരണത്തിൽ രതവിശേഷത്തെപ്പറ്റി പ്രതിപാദിക്കുന്നു. രാഗവത്ത്, ആഹാര്യ രാഗം, കൃത്രിമരാഗം, വ്യവഹിതരാഗം, പോടാരതം, ഖലരതം, അയന്ത്രിതരതം എന്നിവയാണ് രതവിശേഷങ്ങൾ. പ്രണയകലഹപ്രകരണത്തിൽ സ്ത്രീപുരു ഷന്മാരിലെ പ്രണയകലഹം പറയുന്നു.

മൂന്നാം അധികരണം

മൂന്നാം അധികരണമായ കന്യാസമ്പ്രയുക്തകത്തിലെ ഒന്നാം അധ്യായമായ 'വരണസംവിധാനപ്രകരണ'ത്തിൽ വിദ്വാന്മാരായ പുരുഷന്മാരുമായി സംഗമിക്കാനുള്ള ഉപായങ്ങളെപ്പറ്റിപറയുന്നു. വരണസംവിധാനം എട്ടുവിധമുണ്ട്. ബ്രാഹ്മം, പ്രാജാപത്യം,ആർഷം, ദൈവം, ഗാന്ധർവം, ആസുരം, പൈശാചം, രാക്ഷസം, എന്നിങ്ങനെ. ധർമ്മ്യങ്ങളെ ലക്ഷ്യമാക്കിയുള്ളതാണ് വരണസംവിധാനപ്രകരണം. പൗരുഷം, ദൈവം എന്ന് വരണം രണ്ടു വിധമുണ്ട്.

സംബന്ധനിശ്ചയപ്രകരണത്തിൽ സംബന്ധ നിശ്ചയത്തെപ്പറ്റി പറയുന്നു. സംബന്ധം മൂന്നുവിധത്തിലാകാം.സമാനസംബന്ധം, ഉച്ച സംബന്ധം,ഹീനസംബന്ധം എന്നിവ. രണ്ടാം അധ്യായമായ കന്യാവിസ്രംഭണ പ്രകരണത്തിൽ വിവാഹശേഷമുള്ള കർമ്മാനുഷ്ഠാനങ്ങളെപ്പറ്റി പറയുന്നു. പത്തു ദിവസം നീണ്ടുനിൽക്കുന്ന അനുഷ്ഠാനത്തെ 'ദശരാത്രികം' എന്നു വിളിക്കുന്നു. രണ്ടുതരം കന്യകകളുണ്ട്. യോഗ്യകളും അയോഗ്യകളും. മൂന്നാം അധ്യായമായ ബാലോപക്രമപ്രകരണത്തിൽ ഗാന്ധർവ്വം, ആസുരം, പൈശാചം, രാക്ഷസം എന്നീ വിവാഹവിധികളെപ്പറ്റി പറയുന്നു.

'ഇംഗിതാകാര സൂചനപ്രകരണ'ത്തിൽ കന്യകയുടെ ഇംഗിതത്തെ സൂചിപ്പിക്കുന്ന ചേഷ്ടകളെപ്പറ്റി പറയുന്നു. നാലാം അധ്യായമായ 'ഏകപുരുഷാഭിയോഗപ്രകരണ'ത്തിൽ അനുരാഗലക്ഷണങ്ങൾ പ്രകടിപ്പിക്കുന്ന കന്യകയെ വശീകരിക്കാനുള്ള മാർഗ്ഗങ്ങൾ പറയുന്നു. ഉപായങ്ങൾ നായകൻ ഒറ്റയ്ക്കു ചെയ്യുന്നതുകൊണ്ട് 'ഏകപുരുഷാഭിയോഗം' എന്നു പറയുന്നു. ഇത് ബാഹ്യം, ആഭ്യന്തരം എന്ന് രണ്ടു തരത്തിലുണ്ട്. അഭിയോഗങ്ങൾ കന്യകയുടെ വിശ്വാസത്തെയും അനുരാഗത്തെയും വളർത്താൻ പര്യാപ്തമായിരിക്കണം. 'പ്രായോജ്യോപാവർത്തനപ്രകരണ'ത്തിൽ കന്യകയുടെ സ്വയമുള്ള വിവാഹ ശ്രമങ്ങൾ പറയുന്നു.'കന്യാപ്രതിപത്തിപ്രകരണ'ത്തിൽ കന്യക അനുരൂപനെ തെരഞ്ഞെടുക്കുന്നതിനുള്ള മാർഗ്ഗങ്ങളെപ്പറ്റി പറയുന്നു.അഞ്ചാംഅധ്യായമായ 'വിവാഹയോഗപ്രകരണത്തി'ൽ അഭിയോഗത്തിനു വഴങ്ങാത്ത കന്യകയേയും അഭിയോഗം കാട്ടാത്ത കന്യകയേയും ആസുര -രാക്ഷസ വിധിപ്രകാരം വിവാഹം ചെയ്യേണ്ടതാണെന്നു പറയുന്നു. ഗാന്ധർവ്വത്തെ പ്രകർഷേണവരം എന്നു വിശേഷിക്കപ്പെട്ടിരിക്കുന്നു.

നാലാം അധികരണം

ഭാര്യാധികാരികം എന്ന നാലാം അധികരണത്തിലെ ഒന്നാം അധ്യായമായ 'ഏകചാരിണീ വൃത്തപ്രകരണ'ത്തിൽ ഭർത്താവിനോടൊത്ത് ഭാര്യഎങ്ങനെ പെരുമാറണമെന്നു വിശദമാക്കുന്നു. ഏകചാരിണി, സപത്നി എന്ന് ഭാര്യ രണ്ടു തരത്തിലുണ്ട്. ഗൃഹം വൃത്തിയാക്കി സൂക്ഷിക്കുക, മുറികൾ ശുദ്ധം വരുത്തി അലങ്കരിക്കുക, സന്ധ്യാസമയങ്ങളിൽ ബലിയർപ്പിക്കുക, പൂജാമുറിയിൽ പൂജ നടത്തിക്കുക എന്നിവയാണ് പത്നീധർമ്മങ്ങൾ. ഏകചാരിണിയായ ഭാര്യ ഭർത്താവിനെ ദൈവതുല്യം പൂജിക്കുന്നവളാണ്. ഭർത്താവിന്റെ താൽപ്പര്യത്തിനനുസരിച്ചേ ഭാര്യ കുടുംബകാര്യങ്ങൾ ഏറ്റെടുത്തു നടത്താവൂ. ഭർത്താവിന്റെ

മാതാപിതാക്കളെ ഗുരുജനങ്ങളായി കരുതണം. ഭർത്താവിന്റെ സഹോദരന്മാരോടും സഹോദരിമാരോടും അവരുടെ ഭർത്താക്കന്മാരോടും ഉചിതമായി പെരുമാറണം. ഭൃത്യന്മാരോട് കരുണാപൂർവ്വം വേണം പെരുമാറാൻ. ചെറിയ തോട്ടങ്ങൾ നിർമ്മിച്ച് പച്ചക്കറികൾ, കരിമ്പ്, ജീരകം, ശതകുപ്പ്, കടുക്, തുടങ്ങിയവ കൃഷി ചെയ്യണം. ഔഷധച്ചെടികൾ നട്ടുവളർത്തേണ്ടതാണ്. പൂന്തോട്ടം നിർമ്മിക്കണം. ഭിക്ഷക്കാരികൾ, ഇന്ദ്രജാലക്കാരികൾ, കൈനോട്ടക്കാരികൾ, ആഭിചാരിണികൾ, സന്യാസിനികൾ എന്നിവരോട് യാതൊരു സമ്പർക്കവുംപാടില്ല. ഭർത്താവിന്റെ ആരോഗ്യത്തിലും ഭക്ഷണകാര്യത്തിലും ശ്രദ്ധപുലർത്തണം. ഭർത്തൃശുശ്രൂഷ ഏറെ പ്രധാനമാണ്. തന്നിഷ്ടം ചെയ്തു ഭർത്തൃവിരോധം സമ്പാദിക്കരുത്. ഭർത്താവിന്റെ അപഥസഞ്ചാരങ്ങൾ സ്നേഹപൂർവ്വവും ഗോപ്യമായും പറഞ്ഞ് ഒഴിവാക്കണം. ഭർത്താവിനെ അധീനമാക്കാൻ വശീകരണവിദ്യകൾ പ്രയോഗിക്കരുത്. ശുചിത്വത്തോടെ മാത്രമേ ഭർത്തൃസമീപത്ത് ചെല്ലാവൂ. ഭർത്താവനുഷ്ഠിക്കുന്ന വ്രതോപവാസങ്ങളിൽപങ്കുകൊള്ളണം. കുടുംബത്തിലേക്കാവശ്യമായ വസ്തുക്കൾ കണ്ടറിഞ്ഞ് വാങ്ങി സൂക്ഷിക്കേണ്ടത് ഭാര്യാധർമ്മമാണ്. ഭർത്താവിന്റെ രഹസ്യങ്ങൾ ആരോടും പറയരുത്. വരവിനനുസൃതമായേ ചെലവാക്കാവു. ഭർത്താവിന്റെ ബന്ധുജനങ്ങളോടും മിത്രങ്ങളോടും മിതഭാഷണം നടത്തണം. ഭർത്താവറി യാതെ ആർക്കും ഒന്നും കൊടുക്കരുത്. ഭർത്താവ് ദൂരസ്ഥലത്താണെങ്കിൽ സദാ നേരത്തും ഭർത്തചിന്തയിൽ മുഴുകിക്കഴിയണം. മംഗളവസ്ത്രങ്ങളണിഞ്ഞ് ഈശ്വര ചിന്തയോടെ കഴിയണം. പിതൃഗൃഹത്തിൽ ആവശ്യത്തിനേ പോകാവു. ഭർത്തൃശുശ്രൂഷ നിഷ്കളങ്കമായിവേണം ചെയ്യാൻ.

രണ്ടാം അധ്യായമായ ജ്യേഷ്ഠാവൃത്തപ്രകരണത്തിൽ സപത്നിമാരോടുകൂടിയ ഏകചാരിണിയുടെ പ്രവൃത്തികളെപ്പറ്റി പറയുന്നു. കുട്ടികളുണ്ടാകാതിരുന്നാൽ ഭാര്യ സപത്നിക്കു വേണ്ടി ഭർത്താവിനെ പ്രേരിപ്പിക്കണം. സപത്നിയെ അനുജത്തിയായിവേണം കരുതാൻ. സപത്നിമാരുടെ കുട്ടികളെ സ്വന്തം സന്താനങ്ങളായി കരുതണം. 'കനിഷ്ഠാവൃത്തപ്രകരണ'ത്തിൽ ഇളയപത്നിമാർ ജ്യേഷ്ഠപത്നിയോട് എങ്ങനെ പെരുമാറണമെന്നുപറയുന്നു. ജ്യേഷ്ഠപത്നിയോട് ആലോചിച്ചു വേണം കാര്യങ്ങൾചെയ്യാൻ. ജ്യേഷ്ഠപത്നിയോടും സന്താനങ്ങളോടും പ്രിയമായിവേണം പെരുമാറാൻ. പുനർഭൂവൃത്തപ്രകരണത്തിൽ 'പുനർഭൂ' വിനെക്കുറിച്ച് പറയുന്നു. വിധവയായ ശേഷം കാമാതുരയായി അന്യപുരുഷനെ സ്വീകരിക്കുന്ന സ്ത്രീയെയാണ് പുനർഭൂ എന്ന്ഗോനർദ്ദീയൻ വിളിക്കുന്നത്. പുനർഭൂ രണ്ടു തരത്തിലുണ്ട്. ക്ഷതയോനി, അക്ഷതയോനി എന്ന്. അക്ഷതയോനി കന്യകയെപ്പോലെയായതിനാൽ വിവാഹാദി സംസ്കാരങ്ങൾക്ക് അർഹത ഉണ്ട്, ക്ഷതയോനിക്ക്, ഈ അവകാശമില്ല. ഇവൾ വെപ്പാട്ടി എന്നറിയപ്പെടുന്നു.

ഭർത്താവ് നീചഗുണനാണെങ്കിൽ കാമാതുരയായ ഭാര്യയ്ക്ക് സ്വേച്ഛയാ ഭർത്താവിനെ ഉപേക്ഷിച്ച് മറ്റൊരു പുരുഷനെ സ്വീകരിക്കാമെന്ന് ബാഭ്രവിയൻ പറയുന്നു. കാമസുഖത്തെമാത്രം ഇച്ഛിച്ച് ഒരാളെ ഉപേക്ഷിച്ച്മറ്റൊരാളെ പ്രാപിക്കുന്നതിനു തെറ്റില്ലെന്നാണ് വാത്സ്യായനമതം. പരപുരുഷനെ സ്വീകരിക്കുന്നവൾ സുഖസമ്പത്തുക്കൾ നേടാൻ യത്നിക്കണം. സ്വേച്ഛയാ ഭർത്തൃഗൃഹം

വിട്ടുപോകുന്നവൾ ഭർത്താവ് സ്നേഹത്തോടെ നൽകിയ ആഭരണമൊഴികെ മറ്റെല്ലാം ഭർത്താവിന് മടക്കിനൽകണം. ഭർത്താവ് പുറത്താക്കിയതാണെങ്കിൽ അതിന്റെ ആവശ്യമില്ല. ഭർത്താവിനെ ഉപേക്ഷിച്ച് മറ്റൊരാളെ സ്വീകരിച്ചാൽ അയാളോട് ഭക്തിപുരസ്സരം പെരുമാറണം. സഹശയനങ്ങളിൽ അറുപത്തി നാലു കലകളും പ്രയോഗിച്ച് നായകനെ ആഹ്ലാദിപ്പിക്കണം. സപത്നിമാരോടും സന്താനങ്ങളോടും ഉപചാരപൂർവ്വം വേണം പെരുമാറാൻ. 'ദുർഭഗാവൃത്തപ്ര കരണ'ത്തിൽ ദുർഭഗയുടെ കൃത്യങ്ങൾ പറയുന്നു. ദൗർഭാഗ്യവതിയായ സ്ത്രീ യാണ് ദുർഭഗ. നായകൻ ഏറെ സ്നേഹിക്കുന്ന സപത്നിയെ വേണം ദുർഭഗ ആശ്രയിക്കാൻ. കുറുക്കൂട്ടുണ്ടാക്കുക, പുഷ്പമാല്യങ്ങൾ കെട്ടുക തുടങ്ങിയവയാൽ കലാചാതുരി പ്രകടിപ്പിക്കണം. ധാത്രിയെപോലെ നായകന്റെ മക്കളെ ശുശ്രൂ ഷിക്കണം. നായകഹിതത്തിനനുസൃതം പ്രവർത്തിക്കണം.

ആന്തഃപുരിക പ്രകരണത്തിൽ നായകന് അന്തഃപുരസ്ത്രീകളോടുള്ള അധികാരത്തെപ്പറ്റി പറയുന്നു. രാജാവ്, ജാനപദൻ എന്ന് നായകന്മാർ രണ്ടുവിധം. ഏകചാരിണി, ജ്യേഷ്ഠ, കനിഷ്ഠ, എന്നിവരാണ് അന്തഃപുര സ്ത്രീ കൾ. മാലകൾ, കുറുക്കൂട്ടുകൾ, വസ്ത്രങ്ങൾ എന്നിവ തയ്യാറാക്കിഹരിക്കാരൻ വശം രാജാവിനു കൊടുത്തയക്കേണ്ടത് അന്ത:പുര സ്ത്രീകളുടെ കടമയാണ്. സർവ്വാഭരണ വിഭൂഷിതനായി അണിഞ്ഞൊരുങ്ങിയ അന്തഃപുരസ്ത്രീകളെ രാജാവ് കാണേണ്ടതും അവരോട് ലൈംഗികകേളിയിൽ ഏർപ്പെടേണ്ടതുമാണ്. എല്ലാവർക്കും ഉപഹാരങ്ങൾ നൽകേണ്ടതുണ്ട്.

സപത്നിമാർ, പുനർഭൂക്കൾ, വേശ്യകൾ, നർത്തകികൾ എന്നിവർക്ക് വെവ്വേറെ അന്തഃപുരങ്ങൾ ഉണ്ടായിരിക്കണം. അന്തഃപുര സ്ത്രീകളോടൊപ്പം മദ്യപാനാദികളിൽ രാജാവ് പങ്കുകൊള്ളണം. രാജാവിന് അനേകം പത്നി മാരുണ്ടാകാം. ജാനപദനായ പുരുഷനും ബഹുഭാരാത്വം ആകാം. ഭാര്യമാരോ ടെല്ലാം സമത്വഭാവത്തിൽ പെരുമാറണം.

അഞ്ചാം അധികരണം

പാരദാരികം എന്ന അഞ്ചാം അധികരണത്തിലെ ഒന്നാം അധ്യായമായ 'സ്ത്രീപുരുഷശീലാവസ്ഥാപനപ്രകരണ'ത്തിൽ വേശ്യകളുടെയും പരദാരങ്ങളു ടെയും സമാഗമനത്തിനുള്ള ഉപായങ്ങളെപ്പറ്റി പ്രതിപാദിക്കുന്നു. വേശ്യകൾ കാമസംതൃപ്തിമാത്രം നല്കുന്നവരാണ്. പരദാരങ്ങൾ കാമസംതൃപ്തിയും ധന വും നൽകുന്നു. വേശ്യകളെക്കാൾ പ്രാധാന്യം പരദാരങ്ങൾക്കാണ്. കാമത്തിന് പത്തവസ്ഥകളാണുള്ളത്. ചക്ഷുഃപ്രീതി, മനഃസംഗം, സങ്കല്പം, നിദ്രാച്ഛേദം, ശരീ രകാർശ്യം, വിഷയവൃത്തി, ലജ്ജാനാശം, ഉന്മാദം, മൂർച്ഛ, മരണം എന്നിവ. അനാ യാസം ലഭിക്കുന്നവളെ അനാദരിക്കുകയും വശഗതയാക്കാൻ പ്രയാസമുള്ളവളെ മാനിക്കുകയും ചെയ്യുന്ന സ്വഭാവം പുരുഷനുണ്ട്. കൂടെ കൂടെ അഭിയോഗിക്കുന്ന പുരുഷനെ ധർമ്മാധർമ്മങ്ങൾ നോക്കാതെ കാമിക്കുക സ്ത്രീയുടെ സ്വഭാവമാ ണ്. 'വ്യാവർത്തനകാരണ'ങ്ങളിൽ സ്ത്രീപുരുഷന്മാരുടെ കാമഭേദങ്ങളെപ്പറ്റി പറയുന്നു, ഭർത്താവിനെ തീവ്രമായി സ്നേഹിക്കുന്ന ഭാര്യ പുരുഷനിൽ കാമം ജനിച്ചാലും സംയോഗത്തിന് ഒരുമ്പെടുകയില്ല. പാതിവ്രത്യത്തിൽ നിഷ്ഠയുള്ള സ്ത്രീ കാമവിവശയായാലും പരപുരുഷനെ പ്രാപിക്കുകയില്ല.

സ്ത്രീസിദ്ധ പുരുഷസംബന്ധപ്രകരണത്തിൽ സ്ത്രീകൾക്ക് സിദ്ധരാകുന്ന പുരുഷഗുണങ്ങൾ പറയുന്നു. കാമകലാ വൈദഗ്ധ്യം, പ്രണയകഥാകഥന ചാതുരി, ബാല്യകാല സഖിത്വം, പൌരുഷം, കാര്യസാദ്ധ്യനൈപുണി, രഹസ്യജ്ഞാനം, ഉന്നതസ്ത്രീകാമി, ഗൂഢസംഗമി, പ്രശസ്തനും സൗന്ദര്യവാനും, അനുനയ സാമർത്ഥ്യം, സ്നേഹശീലത്വം, ദാനശീലൻ, കലാകാരൻ, മൈഥുനതല്പരൻ, സാഹസപ്രിയൻ, അറിവും സൗന്ദര്യവുമാർന്നവൻ എന്നിവരെ സ്ത്രീകൾ വശപ്പെടുത്താൻ ആഗ്രഹിക്കുന്നു. 'അയത്നസാദ്ധ്യസ്തീപ്രകരണ'ത്തിൽ ആയാസപ്പെടാതെ സംഗമത്തിനു ലഭിക്കുന്ന സ്ത്രീകളെപ്പറ്റി പറയുന്നു. ചപല, സംസാരപ്രിയ, പുരുഷദർശനസുഖ, അപമാനിത, അനുരാഗിണി, അധഃകരിക്കപ്പെട്ടവൾ, പൂർവ്വകാമുകി, ഭർത്തൃസഹോദരർകൂടിയോൾ, നടനകലാകോവിദകൾ, ദാരിദ്ര്യദുഃഖത്തിലാണ്ടവൾ, സന്താനദുഃഖമനുഭവിക്കുവോൾ എന്നിവർ സംഗമത്തിനുലഭിക്കാവുന്നവരാണ്.

രണ്ടാം അധ്യായമായ 'പരിചയകാരണപ്രകരണ'ത്തിൽ സ്ത്രീയെ പരിചയപ്പെടേണ്ട രീതിയും അതിനായി പുരുഷൻ ചെയ്യേണ്ട കാര്യങ്ങളും പറയുന്നു. സ്ത്രീകൾ രണ്ടുവിധമുണ്ട്. കന്യകയും പരഭാര്യയും. കന്യകയെ പുരുഷൻ സ്വയമായും പരഭാര്യയെ ദൂതിവഴിയായും പരിചയപ്പെടണം. സ്ത്രീയെ അഭിയോഗിക്കണമെങ്കിൽ പരിചയപ്പെടേണ്ടതുണ്ട്. പരിചയപ്പെടാൻ കാണൽ വേണ്ടിയിരിക്കുന്നു. കാഴ്ച രണ്ടുവിധത്തിലുണ്ടാകാം. സ്വാഭാവികം, പ്രായത്നികം എന്ന്. പ്രയത്നമില്ലാതെ കാണുന്നത് സ്വാഭാവികം. പ്രയത്നം കൊണ്ട് കാണുന്നത് പ്രായത്നികം.

കണ്ണുകൾകൊണ്ടുഴിയുക, തലമുടികോതുക, വസ്താഭരണങ്ങൾ കുലുക്കുക, ദാനധർമ്മങ്ങൾ നടത്തുക, പുരികങ്ങളുയർത്തുക; ഗദ്ഗദഭാഷണം, നായികാ സൗന്ദര്യകഥനം, കുട്ടികളെലാളിക്കുക എന്നിവ പരിചയം നേടുന്നതിന് ബാഹ്യമായി സ്വീകരിക്കാം. അല്പ പരിചയം നേടിയ ശേഷം കുഞ്ഞിനെ ലാളിക്കുക, കുട്ടിക്ക് കളിക്കോപ്പുകൾ കൊടുക്കുക, പരിചയക്കാരോട് അടുപ്പത്തിലാകുക കാമശാസ്ത്രരഹസ്യങ്ങൾ സുഹൃത്തുക്കളോട് പറയുക, എന്നിവ സ്വീകരിക്കാം. നായികയുടെ പക്കൽ വിശേഷ വസ്തുക്കൾ സൂക്ഷിക്കാൻ ഏല്പിക്കുക, നായികയെ കുടുംബസുഹൃത്താക്കുക, നായികയെ സഹായിക്കുക, നായികയെ അനുമോദിക്കുക എന്നിവയാൽ പരിചയത്തിന് ഉറപ്പുവരുത്താം. 'അഭിയോഗപ്രകരണ'ത്തിൽ ബാഹ്യാഭിയോഗങ്ങൾ ചെയ്ത് നായികയുടെ ഭയവിഹ്വലതകൾ മറ്റേണ്ട കാര്യവും, തുടർന്ന് ആഭ്യന്തരാഭിയോഗങ്ങളാൽ നായികാ സിദ്ധിവരുത്തേണ്ട കാര്യവും പറയുന്നു. ഇംഗിതചിഹ്നങ്ങൾ കാണിക്കലും ആഭരണ കൈമാറ്റവും പൂക്കളുടെ ദാനവും ബാഹ്യാഭിയോഗത്തിൽ പെടും. കെട്ടിപ്പിടിക്കുക, ഉമ്മവയ്ക്കുക, സൗന്ദര്യവസ്തുക്കൾ കൈമാറുക, കക്ഷം, ഊരുമൂലം, ജഘനം എന്നിവടങ്ങളിൽ സ്പർശിക്കുക എന്നിവയാണ് ആഭ്യന്തരാഭിയോഗങ്ങൾ.

മൂന്നാം അധ്യായമായ 'ഭാവപരീക്ഷാപ്രകണ'ത്തിൽ സ്ത്രീകളുടെ മനോഭാവം പരീക്ഷിച്ചറിയാനുള്ള ഉപായങ്ങൾ പറയുന്നു. താല്പര്യമുള്ള സ്ത്രീ

യെ കണ്ടാൽ ആദ്യം തന്നെ പരിചയപ്പെടണം. പിന്നെ വർത്തമാനം പറയുകയും ഇംഗിതങ്ങൾ പകരുകയുംവേണം. പുരുഷന്റെ ഇംഗിതസൂചനകൾക്കനുസൃതം തിരിച്ചു പ്രതികരിക്കുന്ന നായികയെ അഭിയോഗിക്കാൻ മടിക്കരുത്. പ്രഥമദർശനത്തിൽ തന്നെ കാമാസക്തി പ്രകാശിപ്പിക്കുന്ന അംഗസൂചകൾ നൽകുന്നവളെ ഒട്ടും വൈകാതെതന്നെ അഭിയോഗിക്കണം. പുരുഷൻ അവ്യക്തമായി ഇംഗിതസൂചനകൾ കാണിച്ചാൽ അതിനു വ്യക്തമായി പ്രതികരിക്കുന്ന സ്ത്രീ സുരതാസക്തയായിരിക്കം.

നാലാം അധ്യായമായ 'ദൂതീകർമ്മപ്രകരണ' ത്തിൽ അഭിയോഗത്തിനു സഹായിക്കുന്ന ദൂതിയുടെ ലക്ഷണങ്ങളും കർമ്മങ്ങളും പറയുന്നു. ദൂതികൾ പലതരത്തിലുണ്ട്. നിസൃഷ്ടാർത്ഥ, പരിമിതാർത്ഥ, പത്രഹാരി, സ്വയംദൂതി, മൂഢദൂതി, ഭാര്യാദൂതി, മൂകദൂതി,വാതദൂതി തുടങ്ങി. വിധവ, കൈനോട്ടക്കാരി, ദാസി, ഭിക്ഷക്കാരി,ശില്പി, എന്നിവരേയും ദൂതകർമ്മത്തിന് ഉപയോഗിക്കാം.

സ്വയം പ്രാപ്തയായ, ഏല്പിക്കുന്ന കാര്യം നിറവേറ്റാൻ കഴിവുള്ള ദൂതിയാണ് 'നിസൃഷ്ടാർത്ഥ,' ഇവർ രണ്ടു തരത്തിലുണ്ട്. പരാർത്ഥ, ആത്മാർത്ഥ എന്ന്. പരിമിതമായ കഴിവുള്ള ദുതിയാണു പരിമിതാർത്ഥ. പറഞ്ഞതുപോലെ പറയുന്നവളും കൊടുത്തയക്കുന്ന എഴുത്തു കൊടുക്കുന്നവളും ആണ് 'പത്രഹാരി'. താൻ ദൂതികർമ്മമാണനുഷ്ഠിക്കുന്നതെന്ന് അറിയാത്ത ശുദ്ധഗതിക്കാരിയാണ് മൂഢദൂതി'. അന്യസ്ത്രീക്കുവേണ്ടി ദൗത്യം വഹിക്കുന്ന നായകന്റെ ഭാര്യ തന്നെയാണ് ഭാര്യാദൂതി. ബാലയും പരിചാരികയുമായ ദോഷാദോഷങ്ങൾ അറിയാത്തവളാണ് മൂകദൂതി. കൗശലപ്രയോഗത്താൽ ആർക്കും ഗ്രഹിക്കാൻ കഴിയാത്തവിധം ദൂതകർമ്മം നടത്തുന്നവളാണ് വാതദൂതി.

അഞ്ചാം അധ്യായമായ 'ഈശ്വരകാമിതപ്രകരണ'ത്തിൽ പ്രഭുക്കന്മാരുടെ കാമിതത്തെ പറ്റി പറയുന്നു. ഈശ്വരൻ എന്നവാക്കിന് പ്രഭു എന്നർത്ഥം. ക്ഷുദ്രർ, മുഖ്യർ, എന്ന് പ്രഭുക്കൾ രണ്ടുവിധത്തിലുണ്ട്. നാട്ടുപ്രമാണിമാർ, ഉന്നതഉദ്യോഗസ്ഥർ, നിയമപരിപാലകന്മാർ, കച്ചവടക്കാർ എന്നിവർ ക്ഷുദ്രത്തിൽപെടും. രാജാവ്, രാജപുത്രന്മാർ എന്നിവർ മുഖ്യരിൽപെടും. രാജാവ് ഒരു കാരണവശാലും അന്യഗൃഹത്തിൽ പ്രവേശിക്കരുത്. പ്രച്ഛന്ന പ്രയോഗങ്ങൾ കൂടുതലും രാജപുത്രന്മാർക്കുവേണ്ടിയുള്ളതാണ്. ആറാം അധ്യായമായ 'ആന്ത:പുരികാവൃത്തപ്രകരണ'ത്തിൽ അന്തഃപുരനിവാസികൾക്കും നാഗരികന്മാർക്കും വേണ്ടിയുള്ള ആന്തഃപുരികാവൃത്തത്തെപ്പറ്റി പറയുന്നു.

സഖി, ദാസി എന്നിവരെ പുരുഷവേഷം കെട്ടിച്ച് കൃത്രിമലിംഗമുണ്ടാക്കി അന്തഃപുരസ്ത്രീകൾക്കു സംയോഗസുഖം സാധിക്കാവുതാണ്. പുരുഷപ്രതിമകളോടൊപ്പം ശയിച്ച് രതോസുഖം കൈവരിക്കാം. പുരുഷന്മാർക്കും ഹസ്തമൈഥുനത്തിലൂടെയോ സ്ത്രീപ്രതിമകൾ ഉണ്ടാക്കി ഉപയോഗിച്ചോ രതിസുഖം നേടാവുന്നതാണ്. നാഗരിക പുരുഷന്മാരെ സ്ത്രീവേഷം കെട്ടിച്ച് പരിചാരികർക്കൊപ്പം അന്ത:പുരസ്ത്രീകളുടെ മേൽനോട്ടക്കാരിയെ സ്വാധീനിച്ച് അന്തഃപുരത്തിൽ പ്രവേശിപ്പിച്ചു സംഗമപൂർത്തി വരുത്താവുന്നതാണ്. കാവൽക്കാരെ പ്രീതിപ്പെടുത്തിയും നാഗരികന് അന്ത:പുരത്തിൽ കടന്ന്

അന്തഃപുരസ്ത്രീക്ക് സുഖപൂർത്തി നൽകാവുന്നതാണ്. അന്തർദ്ധാനാഷധങ്ങൾ ഉപയോഗിച്ച് രൂപഭാവമുണ്ടാക്കിയും അന്ത:പുരത്തിൽ പ്രവേശിക്കാം.

കീരിയുടെ കരൾ, കച്ചോലത്തിന്റെയും ചുരയുടെയും കായ്, മൂർഖൻ പാമ്പിന്റെ കണ്ണുകൾ ഇവയെ സ്ഫുടം ചെയ്ത് പുകയില്ലാത്ത തീയിൽ പാകപ്പെടുത്തി അതിൽ നിന്നല്പമെടുത്ത് സമം അഞ്ജനം ചേർത്ത് ശുദ്ധജലത്തിലരച്ചത് കണ്ണിലെഴുതിയാൽ ഛായാരൂപരഹിതനായി, നടക്കാം എന്നു കാണുന്നു.

'ദാരരക്ഷിതപ്രകരണ'ത്തിൽ ഭാര്യമാരെ അന്യപുരുഷനിൽനിന്നും രക്ഷിക്കാനുള്ള ഉപായങ്ങളെപ്പറ്റി പറയുന്നു. കാവൽക്കാരെ നിയോഗിക്കുകയാണ് ആദ്യകൃത്യം. കാവൽക്കാർ ഭയമില്ലാത്തവരും, ധനമോഹി കളല്ലാത്തവരും, ധർമ്മനിഷ്ഠയുള്ളവരും, യജമാനഭക്തിയുള്ളവരും സ്ത്രീലോലരല്ലാത്തവരും ആയിരിക്കണം.

സ്ത്രീ ദൂഷിതയാകാനുള്ള കാരണങ്ങൾ മറ്റു സ്ത്രീകളുമായി സൊറ പറഞ്ഞിരിക്കുക, തോന്നിയതു ചെയ്യുന്ന പ്രകൃതം, ബഹുമാനമില്ലാതെ ഭർത്താവിനോടു പെരുമാറുക, പുരുഷന്മാരോട് അമിതസ്വാതന്ത്ര്യം കാണിക്കുക, സ്വന്തം വീടുവിട്ട് മറ്റൊരിടത്ത് താമസിക്കുക എന്നിവയാണ്.

ആറാം അധികരണം

ആറാം അധികരണമായ 'വൈശിക'ത്തിലെ ഒന്നാം അധ്യായമായ 'സഹായ ഗമ്യാഗമ്യഗമന കാരണചിന്താപ്രകരണ'ത്തിൽ വേശ്യയോട് സംഗമിക്കുന്നതിനുള്ള ഉപായങ്ങൾ വിവരിക്കുന്നു.

സമാഗമനത്തിനു വേണ്ട ഏർപ്പാടുകൾ ചെയ്യേണ്ടത് വേശ്യയാണ്. വേശ്യയ്ക്ക് രതിസുഖവും ധനലാഭവും കിട്ടുന്നു. ഉപായം പ്രയോഗിക്കാതെഅർത്ഥം നേടുന്നതു വേശ്യക്കു ഭൂഷണമല്ല. വേശ്യപുരുഷനെ മോഹിപ്പിക്കണം. ഗുണവാന്മാരിൽ നിന്നും മാത്രമേ വേശ്യയ്ക്കു സുഖസമുദ്ധി ഉണ്ടാവൂ. പ്രിയവും ശ്രേയസ്സുമുള്ള നായകന്മാരെ വേണം വിമോഹിപ്പിക്കുവാൻ.

അഭിഗമന കാരണങ്ങൾ മൂന്നാണ്. അർത്ഥം, പ്രീതി, അനർത്ഥ പരിഹാരം എന്നിവ. പുരുഷനെ പ്രീണിപ്പിക്കുന്ന ഭാവഹാവാദികൾ വേശ്യയ്ക്കുണ്ടായിരിക്കണം. പുരുഷനെ ഉപചാരങ്ങൾ ചെയ്ത് രഞ്ജിപ്പിക്കേണ്ടത് വേശ്യയുടെ ധർമ്മമാണ്.

രണ്ടാം അധ്യായമായ 'കാന്താനുവൃത്തപ്രകരണ'ത്തിൽ വേശ്യതന്നെ പ്രാപിച്ച പുരുഷനോട് എങ്ങനെ പെരുമാറണമെന്ന് പറയുന്നു. വേശ്യ മിത ഭക്ഷണശീലയായിരിക്കണം. മൈഥുനപ്രയോഗത്തിലും ഉപചാരങ്ങളിലും അത്ഭുതം കൊള്ളുക, പുരുഷന്റെ കാമകലാനൈപുണ്യം പ്രകീർത്തിക്കുക, കാമകലയിൽ പുരുഷന്റെ ശിഷ്യയാണെന്ന് പറയുക, നായകഹിതത്തിനനുസൃതം സംയോഗത്തിനു തയ്യാറാവുക, രതിവികാരങ്ങൾ നായകനുമായി പങ്കിടുക. ഗുഹ്യ സ്ഥാനങ്ങളിലുള്ള വൈരൂപ്യം മറച്ചു പിടിക്കുക, സൗന്ദര്യപിണക്കം ഭാവിക്കുക, നായകനെ സംയോഗത്തിനായി

ചൊടിപ്പിക്കുക, ഉറങ്ങിക്കിടക്കുന്ന പുരുഷനെ ചുംബനത്താലും ആലിംഗനത്താലും സന്തോഷിപ്പിക്കുക എന്നിവ നായകനെ വശപ്പെടുത്താനുള്ള പ്രത്യക്ഷമാർഗ്ഗങ്ങളാണ്. നായകന്റെ ശത്രുവിനോട് ശത്രുത കാട്ടുക നായകന്റെ പ്രിയരോട് പ്രിയത്വം കാട്ടുക,നായകനുമായി രമിക്കുമ്പോൾ രതിസുഖം നടിക്കുക, നായകന്റെ സുഖ ദുഃഖത്തിൽ പങ്കാളിയാകുക, നായകനെ കൊണ്ട് ശൃംഗാരകഥകൾ പറയിപ്പിക്കുക എന്നിവയും വേശ്യ സ്വീകരിക്കേണ്ട പരോക്ഷപ്രവർത്തികളാണ്.

മൂന്നാം അധ്യായമായ 'അർത്ഥഗമോപായപ്രകരണ'ത്തിൽ വേശ്യ പുരുഷനിൽ നിന്നും അർത്ഥം നേടിയെടുക്കുന്നതിനുള്ള ഉപായങ്ങൾ പറയുന്നു. അർത്ഥസമ്പാദനം സ്വാഭാവികം എന്നും പ്രായത്നികം എന്നും രണ്ടുവിധത്തിലുണ്ട്, ആസക്തി ഉള്ളവനിൽ നിന്ന് അർത്ഥം വാങ്ങുന്നതാണ് സ്വാഭാവികം. ആസക്തി ഇല്ലാത്തവരിൽ നിന്നും ഉപായത്തിലൂടെ അർത്ഥം നേടുന്നതാണ് 'പ്രായത്നികം'. ഉപായത്തിലൂടെ അർത്ഥം നേടുന്നതിനെ വാത്സ്യായനൻ അംഗീകരിക്കുന്നു. വേശ്യ ധനത്തിനു ആർത്തിയുള്ളവളാണെന്ന് പുരുഷന് തോന്നാത്തവിധത്തിൽ വേണം ഉപായം പ്രയോഗിക്കാൻ. അനുതാപം നായകനിൽ വളർത്തിയും അർത്ഥവും ആഭരണങ്ങളും കൈവശപ്പെടുത്താം.

വിരക്തപ്രതിപത്തിപ്രകരണത്തിൽ വിരക്തനായ പുരുഷനിൽ നിന്നും അർത്ഥം നേടാനുള്ള ഉപായങ്ങൾ പറയുന്നു. വേശ്യനുണകൾ പറഞ്ഞ്വിരക്ത പുരുഷനിൽ നിന്നും വസ്തുവകകൾ കൈവശപ്പെടുത്തേണ്ടതാണ്.വേശ്യയുടെ ശത്രുക്കളോട് മമതകാട്ടുക, പറയുംവിധം പ്രവർത്തിക്കാതി രിക്കുക, നൽകുന്ന പണത്തിൽ കുറവു വരുത്തുക, വാക്കുമാറിപറയുക, ആംഗ്യഭാഷയിൽ ആശയ പ്രകടനം നടത്തുക എന്നിവയാണ് വിരക്തപുരുഷന്റെ ലക്ഷണങ്ങൾ.

'നിഷ്കാസനക്രമപ്രകരണ' ത്തിൽ ആസക്തിയുള്ള പുരുഷന്മാരെ നിഷ്കാസനം ചെയ്യാനുള്ള ഉപായങ്ങൾ പറയുന്നു. ധനം കുറഞ്ഞുവരുന്ന പുരുഷനെ അകറ്റേണ്ടതാണ്. പുരുഷന് ഇഷ്ടപ്പെടാത്ത കാര്യങ്ങൾ പറയുക, നിന്ദിക്കുക, പുരുഷനെ നിഷേധിക്കുക, അധിക്ഷേപിക്കുക, ദൂഷ്യങ്ങൾ പറയുക എന്നിവ നിഷ്കാസനം ചെയ്യുന്നതിനുള്ള പ്രത്യക്ഷ ഉപായങ്ങളാണ്. ഉപചാരങ്ങൾ നിർത്തുക, ചുംബിക്കാൻ വിമുഖതകാട്ടുക, ആലിംഗനത്തിന് വഴിപ്പെടാതിരിക്കുക, ഉറക്കംഭാവിച്ച് സംയോഗത്തിന് നിസ്സഹരിക്കുക നായകൻ ക്ഷീണിച്ചവശനാകുമ്പോൾ സുരതത്തിനുതയ്യാറാകുക, പരിഹസിക്കുക തുടങ്ങി പരോക്ഷോപായങ്ങൾ പലതുണ്ട്.

നാലാം അധ്യായമായ 'വിശീർണ്ണപ്രതിസന്ധാനപ്രകരണ' ത്തിൽ തകർന്നുപോയ പുരുഷനെ (വിശീർണ്ണൻ) വേശ്യ, പിന്നീട് സ്വീകരിക്കുന്ന വിധം പറയുന്നു. ഗമ്യപുരുഷന്മാർ ആറുതരത്തിലുണ്ട്. വേശ്യകളിൽനിന്നും സ്വയം വിട്ടുപോന്നവൻ, വേശ്യകൾ നിഷ്കാസനം ചെയ്തവൻ, ആദ്യവേശ്യയെ സ്വയം ഉപേക്ഷിച്ചു രണ്ടാമത്തെ വേശ്യയാൽ നിഷ്കാസിതനായവൻ, ആദ്യവേശ്യയെ സ്വയം വെടിഞ്ഞശേഷം രണ്ടാമത്തെ വേശ്യയിൽ സ്ഥിരമായി നിൽക്കുന്നവൻ, ആദ്യവേശ്യയാൽ, പുറന്തള്ളപ്പെട്ടു രണ്ടാമത്തെ വേശ്യയെ

വെടിഞ്ഞവൻ, ആദ്യവേശ്യയാൽ ഉപേക്ഷിക്കപ്പെട്ടു രണ്ടാംവേശ്യയിൽ സ്ഥിരമായി നിൽക്കുന്നവൻ, എന്നിങ്ങനെയാണ് വിഭജനം. വേശ്യ അനുരാഗാസക്തിയുള്ള പുരുഷനെ അറിയിച്ചുകൊണ്ടു തന്നെ അർത്ഥലോഭത്തിനായി അന്യപുരുഷനുമായി സംഗമിക്കുകയും രാഗാസക്തിയുള്ളവനെ അനുരഞ്ജിപ്പിക്കയും വേണം.

അഞ്ചാം അധ്യായമായ ലാഭവിശേഷപ്രകരണത്തിൽ ഗമ്യപുരുഷനിൽ നിന്നും വേശ്യക്ക് ധനം ആർജ്ജിക്കുന്നതിനുള്ള ഉപായങ്ങൾ പറയുന്നു. കാലദേശ സ്ഥിതികൾ അടിസ്ഥാനമാക്കി സഹവസിക്കാനുള്ള പ്രതിഫലം മുൻകൂർ നിശ്ചയിച്ചറിയിച്ചിട്ടേ സംഗമത്തിന് ഒരുങ്ങാവൂ. കൂടുതൽ ധനം കിട്ടുന്നതിനുവേണ്ടി പലതവണ സംഗമിക്കാവുന്നതാണ്. നന്ദിസൂചകമായി പുരുഷൻ നല്കുന്ന അധികധനമായ ലാഭാതിശയം സാമർത്ഥ്യമോടെ കൈക്കലാക്കണം. കൂടുതൽ പണം നല്കുന്നവനെ സ്വീകരിക്കണമെന്നാണ് വാത്സ്യായന മതം.

രാഗി, ത്യാഗി, ലുബ്ധൻ എന്ന് വിശേഷം മുൻനിർത്തി പുരുഷന്മാരെ തിരിക്കാം. രാഗിയെക്കാൾ ത്യാഗിയാണ് നല്ലത്. ത്യാഗിയിൽനിന്നും കൂടുതൽ അർത്ഥലാഭമുണ്ടാകും. ത്യാഗിയെ നിർബന്ധിച്ചും രാഗിയാക്കാൻ ആവില്ലെന്നതിനാൽ രാഗിയാണു സ്വീകാര്യനെന്നു വാത്സ്യായനൻ പറയുന്നു. ലുബ്ധനായ രാഗിയെ ഉപായങ്ങളാൽ ത്യാഗിയാക്കി മാറ്റാൻ കഴിയും. ലുബ്ധനായാലും നിർബന്ധിച്ചാൽ അർത്ഥവും നൽകും. ത്യാഗികൾ തേജസ്വികളും നേർബുദ്ധികളുമാണ്. ത്യാഗികൾ അപരാധം പൊറുക്കുകയില്ല.എന്നാൽ ഏഷണികൾ വിശ്വസിക്കും. മുൻപു ചെയ്തു ഉപചാരങ്ങൾ വിസ്മരിക്കുകയും ചെയ്യും. അതുകൊണ്ട് ത്യാഗിയെക്കാൾ രാഗിയാണ് നല്ലതെന്ന് വാത്സ്യായനൻ ഉറപ്പിച്ചുപറയുന്നു.

അനർത്ഥമുണ്ടാകാൻ സാധ്യതയുള്ളവനുമായി ഒരിക്കലും വേശ്യ സംഗമിക്കരുത്. അർത്ഥസൗഭാഗ്യങ്ങൾ നല്കുന്നവനെ വശീകരിച്ച് ഉപചരിക്കുകയാവണം വേശ്യാ ധർമ്മം.

ആറാം അധ്യായമായ 'അർത്ഥാനർത്ഥാനുബന്ധസംശയവിചാര പ്രകരണ'ത്തിൽ അർത്ഥങ്ങൾ നേടുമ്പോൾ അനർത്ഥങ്ങളും അനുബന്ധങ്ങളും സംശയങ്ങളും ഉണ്ടാകുന്നതിന്റെ മൂലകാരണങ്ങളെപറ്റിപറയുന്നു. ബുദ്ധിദൗർബ്ബല്യം, അതിരാഗം, അത്യഭിമാനം, അതികാപട്യം, അത്യാർജ്ജവം, അതിവിശ്വാസം, അതിദ്വേഷ്യം, പ്രമാദം, സാഹസം, വിധിവിഹിതം എന്നിവയാണ് അവ.

ധർമ്മം, അർത്ഥം, കാമം ഇവയാണ് അർത്ഥത്രിവർഗ്ഗം. അധർമ്മം, അനർത്ഥം, ദ്വേഷം എന്നിവ അനർത്ഥ ത്രിവർഗ്ഗമാണ്. അർത്ഥാനർത്ഥങ്ങൾ ആറും സാദ്ധ്യമാകുമ്പോൾ ഉളവാകുന്നതാണ്. അനുബന്ധം. സംശയം പലവിധം. അർത്ഥസംശയം, ധർമ്മസംശയം, കാമസംശയം, അനർത്ഥസംശയം, അധർമ്മസംശയം, വിരാഗസംശയം എന്നിവ ശുദ്ധസംശയങ്ങളാണ്. അർത്ഥാനർത്ഥസംശയം, ധർമ്മാധർമ്മ സംശയം, കാമദ്വേഷ സംശയം, എന്നിവ സങ്കീർണ്ണസംശയങ്ങളാണ്.

ആറുവിധത്തിലുള്ള സങ്കീർണ്ണയോഗങ്ങളെപറ്റിപറയുന്നു. അർത്ഥാനർത്ഥം, അർത്ഥാർത്ഥസംശയം, അർത്ഥാനർത്ഥസംശയം, അർത്ഥസംശയാനർത്ഥ

സംശയം എന്നിവയാണ് സങ്കീർണ്ണയോഗങ്ങൾ. ശുദ്ധങ്ങളും സങ്കീർണ്ണങ്ങളുമായ യോഗങ്ങളെ വേശ്യ യുക്തിപൂർവ്വം കണ്ടറിഞ്ഞ് പ്രവർത്തിക്കേണ്ടതാണ്. വേശ്യകൾ ഒമ്പതു തരക്കാരുണ്ട്. കുംഭദാസി, പരിചാരിക, കുലട, സ്വൈരിണി, നടി, ശില്പകാരിക, പ്രകാശവിനഷ്ട, രൂപാജീവ, ഗണിക എന്നിവർ.

ഏഴാം അധികരണം

ഏഴാം അധികരണമായ 'ഔപനിഷദിക'ത്തിലെ ഒന്നാംഅധ്യായമായ 'സുഭഗംകരണാഭിപ്രകരണ'ത്തിൽ കാമശാസ്ത്രവിധികൾ കൊണ്ടൊന്നും അഭിഷ്ടം സാധിക്കാത്ത പുരുഷന്മാർ സ്വീകരിക്കേണ്ട ഔഷധ പ്രയോഗത്തെപ്പറ്റി പറയുന്നു. രഹസ്യമായ ഔഷധപ്രയോഗമാണ് ഔപനിഷദികം. സുഭഗനാക്കിത്തീർക്കുന്നതിനെ സുഭഗംകരണമെന്നു പറയുന്നു. ഒരാളെ സുഭഗനാക്കുന്നത് ആകൃതി, ഗുണം,പ്രായം എന്നിവയാണ്.

തകരം, കൊട്ടം, താലീസപത്രകം ഇവ അരച്ചെടുത്തു ശരീരത്തുപൂശുക. തകരം, കൊട്ടം, താലീസപത്രകം എന്നിവ സമംഅരച്ചെടുത്തു ശിലയിൽ പരത്തി തിരിതെറുത്തു താന്നിയെണ്ണയിൽ നനച്ചു കത്തിച്ച് കരിയുണ്ടാക്കി മനുഷ്യന്റെ തലയോട്ടിയിൽസൂക്ഷിച്ചുവച്ച് താന്നിയെണ്ണയിൽ ചാലിച്ച് കണ്ണിൽ എഴുതുക എന്നിവ സുഭഗം കരണമാണ്

തഴുതാമ വേര്, പൂവ്വാംകുറുന്നില വേര്, നന്നാറി വേര്, പൊൻകുറുഞ്ഞി വേര്, കരിങ്കൂവളപ്പുവിന്റെ ഉള്ളിലുള്ള ഇതൾ ഇവയിട്ടുഎണ്ണ കാച്ചി ശരീരത്തു പുരട്ടുന്നതും സുഭഗം കരണം തന്നെ.

താമരപ്പൂവ്, കരിതുവളപ്പുവ്, നാഗപ്പൂവ് ഇവയുടെ അല്ലികൾ വെയിലത്തുണക്കി പൊടിച്ച് ചൂർണ്ണമുണ്ടാക്കി തേനും നെയ്യുംചേർത്ത് സേവിക്കുന്നത്. സുഭഗംകരണം തന്നെ.

മയിലിന്റെയോ, ചെറുപുലിയുടെയോ കണ്ണുകൾ സ്വർണ്ണംകൊണ്ട് പൊതിഞ്ഞ് വലതു കൈയിൽ ധരിക്കുന്നതു സുഭഗംകരണമാണ്. ഇഷ്ടപ്രീതിയ്ക്കായി നടത്തുന്ന വശീകരണങ്ങൾ പലതരത്തിലുണ്ട്. ഉമ്മത്തിൻകായയുടെ വിത്ത്, കുരുമുളക്; തീപ്പലി ഇവ സമമായി എടുത്തു പൊടിച്ചു തേനിൽ ചാലിച്ച് ലിംഗത്തിൽപുരട്ടി സംയോഗം ചെയ്യുന്നത് വശീകരണയോഗമാണ്.

മൃതദേഹത്തിന്റെ നെഞ്ചിൽ പറ്റി നില്ലന്ന പൂപ്പൽ, വാതോൽഭ്രാന്തപത്രം, ജീവജ്ഞീവകത്തിന്റെ അസ്ഥി, ഇവ ചേർത്തുപൊടിച്ചുണ്ടാക്കുന്ന പൊടി സ്ത്രീകൾ ശിരസ്സിലും പുരുഷന്മാർ പാദങ്ങളിലും അണിയുന്നത് വശീകരണയോഗമാണ്.

സ്വാഭാവികമായി മരിച്ച പെൺകഴുകിനെ പൊടിച്ച് ആ പൊടിയിൽ നെല്ലിക്കയും തേനും കൂടി നന്നായരച്ചെടുത്ത് തേച്ചുകളിക്കുന്നത് വശീകരണയോഗമാണ്.

വജ്രക്കള്ളിയുടെ തണ്ടുകൾ നുറുക്കിയെടുത്ത് മനയോല, ഗന്ധകം ഇവയുടെ പൊടി ഏഴുതവണ പുരട്ടി ഏഴുദിവസം വെയിലത്തു വെച്ചുണക്കി പൊടി

ച്ചെടുത്ത് തേനിൽ ചാലിച്ച് ലിംഗത്തിൽപുരട്ടി സംയോഗം ചെയ്യുന്നത് വശീകരണയോഗമാണ്. രാത്രിയിൽ ഈ പൊടി പുകച്ച് മറഞ്ഞുചെല്ലുന്ന പുരുഷന്റെ നിറം സ്വർണ്ണവർണ്ണമാകുമത്രേ. ഈ പൊടിയിൽ കുരങ്ങന്റെ കാഷ്ഠംപൊടിച്ച് ചേർത്ത് കന്യയുടെ മേൽ വിതറിയാൽ അവളെ അന്യപുരുഷന് ലഭിക്കുകയില്ല.

വെളുത്തവയമ്പിന്റെ കഷണങ്ങൾ തേന്മാവിന്റെ എണ്ണ പുരട്ടി ഇരുൾമരത്തിന്റെ കാണ്ഡം തുരന്ന് അതിൽ ആറുമാസം നിക്ഷേപിച്ച ശേഷം തിരിച്ചെടുത്ത് ശരീരത്തിൽ അരച്ചുപുരട്ടുക. ഇതു ദേവന്മാർക്കും പ്രിയപ്പെട്ട വശീകരണ യോഗമാണ്.

കരിങ്ങാലിക്കാതലിന്റെ കഷണങ്ങൾ സഹകാര തൈലംപൂശി ഏതെങ്കിലും സുഗന്ധപുഷ്പത്തിന്റെ കാണ്ഡം തുരന്ന് ആറുമാസം സൂക്ഷിച്ച ശേഷം എടുത്താൽ ആ സൗരഭ്യം കഷണങ്ങൾക്കുണ്ടാകും. ആ കഷണങ്ങൾ അരച്ചെടുത്ത് ശരീരമാസകലംപുരട്ടുക. ഇത് ഗന്ധർവ്വമാർക്കും പ്രിയമുള്ള വശീകരണയോഗമാണ്.

ഞാവൽപൂക്കൾക്കു സമം തകര ചേർത്ത് സഹകാരതൈലംപൂശി നാഗകേസരത്തിന്റെ കാണ്ഡം തുരന്ന് ആറുമാസം സൂക്ഷിച്ചശേഷം എടുത്ത് ശരീരത്ത് അരച്ചുപൂരട്ടുന്നത് നാഗന്മാരുടെ വശീകരണ വിദ്യയാണ്.

വൃക്ഷ്യയോഗപ്രകരണത്തിൽ പുരുഷശുക്ലം പരിപോഷിപ്പിച്ച് സംയോഗ ശക്തി പ്രദാനം ചെയ്യുന്നതിനുള്ള വൃക്ഷ്യയോഗങ്ങളെപ്പററി പറയുന്നു.

കിഴുകാനെല്ലി, വയമ്പ്, ഇരട്ടിമധുരം ഇവ പശുവിൻപാലിൽചതച്ചിട്ട് പാൽ തിളപ്പിച്ച് കുറുക്കിയാറ്റി പഞ്ചസാര ചേർത്തുസേവിച്ചാൽ ധാതു പുഷ്ടിയുണ്ടാവും.

ആടിന്റെ വൃഷണം, പശുവിൻപാലിൽ അരച്ച് ചേർത്ത് തിളപ്പിച്ച് കുറുക്കിയാറ്റി പഞ്ചസാര ചേർത്ത് സേവിച്ചാൽ ധാതുശക്തിവീണ്ടുമുണ്ടാകും.

മുൾമരത്തിന്റെ കായ ചേർത്ത് കുറുക്കിയെടുത്തു സേവിച്ചാൽ ശുക്ലവൃദ്ധിയുണ്ടാകും.വല്പട്ടക്കിഴങ്ങ്, കസേരുകം, ഇരട്ടിമധുരം എന്നിവയ്ക്കുസമം ക്ഷീരകാകോളി ചേർത്തരച്ചെടുത്ത് പഞ്ചസാരയും പശുവിൻപാലും നെയ്യും കൂട്ടി അടയുണ്ടാക്കി ഭക്ഷിക്കുന്നത് അതീവധാതു ശക്തി ലഭിക്കുന്നതിന് ഉതകുന്ന ഔഷധവിധിയാണ്.

ഉഴുന്നുപരിപ്പ്, ചൂടുവെള്ളത്തിൽ കഴുകി നെയ്യ്പൂരട്ടി കറവവറ്റാറായ പശുവിന്റെ പാലിൽ ചേർത്ത് വേവിച്ച് പായസമാക്കിതേനും നെയ്യും ചേർത്ത് മടുപ്പു വരുവോളം കുടിക്കുക. വീര്യപ്രാപ്തിക്ക് ഉചിതമായ ഔഷധമായി ഇതു പറയപ്പെടുന്നു.

പാൽ, മുതുക്കിൻകിഴങ്ങ്, നായ്ക്കരണപ്പരിപ്പ്, പഞ്ചസാര ഇവ ഗോതമ്പുപൊടിയിൽ ചേർത്ത് കുഴച്ച് തേനും നെയ്യും കൂട്ടി ആവിയിൽ പലഹാരമുണ്ടാക്കി ഭക്ഷിച്ചാൽ വീര്യപ്രാപ്തിയുണ്ടാകും.

ചടകപ്പക്ഷിയുടെ മുട്ടരസം തവിടുകളയാത്ത അരിയിൽചേർത്തു പാലിൽ വേവിച്ച് പായസമാക്കി തേനും നെയ്യും കൂട്ടികഴിക്കുന്നത് ധാതു ശക്തി വർദ്ധിക്കാൻ ഉത്തമമാണ്.

ചടകപ്പക്ഷിയുടെ മുട്ടരസം ഉമികളഞ്ഞ എള്ളിൽ ചേർത്ത്വൽപ്പട്ടക്കിഴ്ങ്, കശേരുകം, നായ്ക്കരണപ്പരിപ്പ് എന്നിവ ചേർത്ത് അതിൽ ഗോതമ്പു പൊടിയും ഉഴുന്നുപൊടിയും സമമായി ചേർത്തു പായസമുണ്ടാക്കി പഞ്ചസാരയും പാലും നെയ്യും ചേർത്തു കുടിക്കുന്നത് വീര്യശക്തി വീണ്ടുകിട്ടാൻ നല്ലതാണ്.

ഞെരിഞ്ഞിൽപ്പൊടിക്കു സമം യവപ്പൊടി ചേർത്തു ദിവസംതോറും രാവിലെ രണ്ടു പലം വീതം സേവിച്ചാൽ മേധാശക്തിയും വീര്യശക്തിയും വീണ്ടെടുക്കാം.

ശതാവരി, ഞെരിഞ്ഞിൽ, കുമിഴിൻകായ് ഇവ സമമായെടുത്ത് അരച്ച് നാലിരട്ടി വെള്ളത്തിൽ വെന്ത് കാൽഭാഗമാക്കിവറ്റിച്ചെടുത്ത് പൂയംനാൾ മുതൽ തുടങ്ങി അടുത്ത പൂയം നാൾവരെ ദിവസവും രാവിലെ രണ്ടു തുടം വീതം സേവിച്ചാൽ ശുക്ലവും ആയുസ്സും വർദ്ധിച്ച് സ്ത്രീ സേവയ്ക്ക് പ്രഗത്ഭനാകും.

രണ്ടാം അധ്യായമായ 'നഷ്ടരാഗപ്രത്യാനയനപ്രകരണ'ത്തിൽ നഷ്ടപ്പെട്ടുപോയ രാഗത്തെ തിരിച്ചുകൊണ്ടുവരാനുള്ള പ്രയോഗങ്ങളെപ്പറ്റി പറയുന്നു. നഷ്ടരാഗം രണ്ടു വിധത്തിലുണ്ട്. മന്ദം, ധ്വസ്തം എന്ന്. മന്ദം പ്രവർത്തിതവും ധ്വസ്തം നിവൃത്തിതവുമാണ്. സുരതം രണ്ടു വിധത്തിലുണ്ട്. സന്താനലാഭത്തിനുവേണ്ടിയും കേവലസുഖത്തിനു വേണ്ടിയും.

ചണ്ഡവേഗയുമായി സുരതത്തിൽ ഏർപ്പെടുമ്പോൾ ഭഗമർദ്ദനത്തിലൂടെ അവൾക്ക് രസാനുഭൂതി പകർന്നു കൊടുക്കണം. നായികയ്ക്ക് ലിംഗബന്ധം ഉണ്ടായേ പറ്റൂ എന്ന അവസ്ഥയിൽ സംയോഗം തുടങ്ങുകയാണ് രാഗ പ്രത്യാനയനം.

മന്ദവേഗന് രാഗം ജനിച്ചാലും ലിംഗസ്തംഭനത്താൽ സംഗമം പ്രയാസമാണ്. ലിംഗത്തിനു ഉദ്ധാരണശേഷിയില്ലാത്ത വൃദ്ധന്മാർക്കും നഷ്ടരാഗപ്രത്യാനയനത്തിനുള്ള മാർഗ്ഗമായ് ഔപരിഷ്ടകത്തിലൂടെ രതിസുഖം നേടാവുന്നതാണ്.

അപദ്രവ്യങ്ങൾ ഉപയോഗിച്ച് വിദ്ധലിംഗർക്കും അവിദ്ധലിംഗർക്കും രതിസുഖം ആർജ്ജിക്കാം. അവിദ്ധലിംഗത്തിനുള്ള അപദ്രവ്യങ്ങൾ ബഹുലം, സംഘടി, ചൂഡകം, ഏകചൂഡകം, കഞ്ചുകം, ഇവയാണ്. സ്തംബ്ധലിംഗത്തെ ഇരുപുറവും മൂടുന്ന ഉപകരണമാണ് ബഹുലം. ബഹുലം രണ്ടെണ്ണമിട്ടാൽ സംഘടിയായി. ലിംഗത്തെ മുഴുവനുമായി മൂടുന്ന മൂന്നുവലയമെങ്കിലും ഉള്ളതാണ്. ചൂഡകം. ലിംഗത്തിൽ ചുറ്റിക്കെട്ടുന്ന വള്ളിപോലുള്ള ഉപകരണമാണ് ഏകചൂഡകം. ലിംഗത്തിന്റെ വലിപ്പമനുസരിച്ച് അരയിൽചേർത്തുകെട്ടി പ്രയോഗിക്കുന്ന അപദ്രവ്യമാണ് കഞ്ചുകം. അപദ്രവ്യങ്ങളുപയോഗിച്ച് സുരതകർമ്മ സാമർത്ഥ്യം വീണ്ടെടുക്കാം.

'വൃദ്ധിവിധിപ്രകരണ'ത്തിൽ ലിംഗവൃദ്ധി എങ്ങനെയുണ്ടാക്കാമെന്ന് പറയുന്നു.

വൃക്ഷങ്ങളിൽ പാർക്കുന്ന ജന്തുക്കളുടെ കൂർത്തുമൂർത്ത രോമങ്ങൾകൊണ്ട് ലിംഗത്തിലടിക്കുക. പിന്നീട് കടുകെണ്ണ പുരട്ടി അമർത്തി തിരുമ്മുക. പത്തു രാത്രികളിൽ ഇങ്ങനെ ചെയ്താൽ ലിംഗം വിങ്ങിത്തുടങ്ങും. പിന്നീട്, കട്ടിലിന്റെ വിടവിലൂടെ ലിംഗം താഴേക്കു തൂക്കിയിട്ട് ലിംഗത്തിന്റെ വശങ്ങളിൽ പുഴുക്കളെകൊണ്ട് കടിപ്പിക്കുക. ലിംഗത്തിന് വൃദ്ധിയുണ്ടായാൽ ശീതഭാവമുള്ള പഞ്ചകഷായത്താൽ ധാരകോരി വേദനയകറ്റണം.ഇത്തരത്തിലുള്ള ലിംഗവൃദ്ധി സ്ഥായിയായിരിക്കും. അമുക്കുമരം, പന്നിക്കിഴങ്ങ്, കരിമ്പായൽ, ചെറുവഴുതനങ്ങ, എരുമവെണ്ണ, ആനച്ചെവി, ചങ്ങലം പരണ്ട, ഇവയുടെ രസമെടുത്ത് ലിംഗത്തിൽ പുരട്ടി മർദ്ദിച്ചാൽ ലിംഗവൃദ്ധിയുണ്ടാകും. ഈ കൂട്ടമിട്ട് എണ്ണകാച്ചി ലിംഗത്തിൽ പുരട്ടി മർദ്ദിച്ചാൽ ലിംഗവൃദ്ധിനില നിൽക്കുന്നതാണ്.

'ചിത്രയോഗപ്രകരണ'ത്തിൽ വിചിത്രമായ യോഗങ്ങളെപ്പറ്റിപറയുന്നു.

കള്ളിമുള്ള്, നന്നായി പൊടിച്ചെടുത്ത് തഴുതാമവേര്, കുരങ്ങിന്റെ കാഷ്ഠം, മോത്തോന്നിവേര് എന്നിവയുടെ പൊടി സമംചേർത്ത് ഉഷ്ടപ്പെടുന്ന സ്ത്രീയുടെ തലയിൽ വിതറിയാൽ അവൾ പരപുരുഷനെ നോക്കുക പോലുമില്ല.

സോമലത, കാർകോകിലരി, കൈയ്യുണ്യം, ഇരുമ്പുപൊടി, ചിതൽപ്പുറ്റ് എന്നിവ സമം പൊടിച്ചെടുത്ത് ഞാവൽപഴം, സുവർണ്ണ ശേഫാലിക എന്നിവയുടെ രസം ചേർത്തു കുഴച്ച് യോനിയിൽ പുരട്ടിയാൽ അവളെ സംയോഗിക്കുന്ന പുരുഷൻ വിരാഗിയായിമാറും.

വെളുത്ത നറുനണ്ടിക്കിഴങ്ങ്, ബഹുപാദിക, ജിഹ്വിക ഇവ സമം പൊടിച്ചെടുത്ത് എരുമമോരിൽ ചേർത്തു കലക്കി മേലാസകലം തേച്ചു കുളിച്ച സ്ത്രീയെ പ്രാപിക്കുന്ന പുരുഷനും വിരാഗിയായിമാറും.

വയൽച്ചുള്ളി അരച്ചെടുത്ത് ഹസ്തിനിജാതിയിൽപ്പെട്ട സ്ത്രീയുടെ യോനിക്കുചുറ്റും പുരട്ടിയാൽ ഒറ്റ രാത്രികൊണ്ട് അവളുടെ യോനി ചുരുങ്ങിപ്പോകും.

താമരപ്പൂവ്; ചെങ്ങഴിനീർപ്പവ്, കടമ്പിൻപൂവ്, ചെഞ്ചല്യം,ചന്ദനം ഇവ തുല്യമായി പൊടിച്ചെടുത്ത് തേനിൽക്കുഴച്ച് മൃഗീജാതിയിൽപെട്ട സ്ത്രീയുടെ യോനിക്കുചുറ്റും പുരട്ടിയാൽ ഒരു ദിവസത്തേക്ക് യോനി വികാസം പ്രാപിക്കും.

കള്ളിയില, സോമലത, എരുക്കില എന്നിവ പുകകൊള്ളിച്ച് ചാരമാക്കി വെള്ളത്തിൽ കലക്കി അരിച്ചെടുക്കുക. പിന്നീട് കാർകോകിലരി പുകകൊള്ളിച്ച് ചാരമാക്കി വെള്ളത്തിൽ കലക്കിഅരിച്ചെടുക്കുക. മേൽപ്പറഞ്ഞ ചാരവെള്ളം ഓരോന്നും ഒന്നിടവിട്ടൊഴിച്ച് അഞ്ചുനെല്ലിക്ക അരച്ചെടുത്ത് തലയിൽപുരട്ടിയാൽ കറുത്തതലമുടി നരയ്ക്കും.

വള്ളിമുല്ല, കറുത്തപൂപ്പരുത്തി, വെള്ളപ്പൂവുള്ള മലയമുക്കി, മുളംപ്ലാശ് എന്നിവയുടെ വേരുകൾ ഉണക്കിപൊടിച്ചെടുക്കുക. കുടകപ്പാലയരി അരച്ചെടുത്ത് ഈ പൊടികളുമായി യോജിപ്പിച്ച് തലയിൽ തേച്ച് കുളിച്ചാൽ വെളുത്ത തലമുടിക്ക് കറുപ്പുണ്ടാകും.

ഉന്മത്തിൻകായ ചേർന്ന ഭക്ഷണം കഴിച്ചാൽ ഉന്മാദം പിടിപെടും. ഉടനെ നല്ല ശർക്കര കഴിച്ചാൽ ആ ഉന്മാദം ശമിക്കും.

അരിതാരവും മനയോലയും മാത്രം തിന്നുന്ന മയിലിന്റെ കാഷ്ഠം ഉള്ളം കൈയിൽ പുരട്ടി ഏതു വസ്തു എടുത്താലും ആ വസ്തു ദൃശ്യമാകുകയില്ല.

അംഗാരതൃണ ഭസ്മത്തിൽ എള്ളെണ്ണ കലർത്തി വെള്ളത്തിലിട്ടാൽ വെള്ളത്തിന് പാലിന്റെ നിറം വരും. ഹരീതകത്തിന്റെയും ആമ്പഴത്തിന്റെയും അഞ്ചിലകൾ വീതമെടുത്ത് ഒരു ചെറുപുന്നയ്ക്കയും കൂട്ടി അരച്ചെടുത്ത് ഇരുമ്പിൽ തേച്ചാൽ ഇരുമ്പിന് ചെമ്പിന്റെ നിറം വരും.

അലക്കിയെടുത്ത വെള്ളത്തുണിയും പാമ്പിൻപടവും കൂട്ടിപ്പിരിച്ച് തിരിയുണ്ടാക്കി ചെറുപുന്നയ്ക്കായുടെ എണ്ണയിൽ വിളക്കു കത്തിച്ചാൽ ആ പ്രകാശവട്ടത്തിലുള്ള നീണ്ട വസ്തുക്കൾ പാമ്പുകളായി തോന്നും.

വാത്സ്യായന മഹർഷിയുടെ തീവ്രമായ തപസ്സിന്റെ ഫലമാണ് കാമസൂത്രം എന്ന ഈ ഗ്രന്ഥം. ജീവിതത്തിന്റെ അകം പൊരുളും പുറംപൊരുളുമാണ് ഈ ഗ്രന്ഥം. ധർമ്മാർത്ഥകാമമോക്ഷങ്ങളുടെ പാരസ്പര്യമറിഞ്ഞ് കാമശാസ്ത്രത്തെ പ്രയോഗിക്കുന്നവർ പ്രേയസ്സിന്റെയും ശ്രേയസ്സിന്റെയും ഉടമകളായി ഭവിക്കുന്നു.

2. കല്യാണമല്ലന്റെ അനംഗരംഗം

കാമസൂത്രത്തെ അധികരിച്ച് കല്യാണമല്ലൻ രചിച്ച അനംഗരംഗത്തിൽ പത്തു സ്ഥലങ്ങളാണുള്ളത്. അധ്യായം എന്ന അർത്ഥത്തിലാണ് സ്ഥലം എന്നു പ്രയോഗിച്ചിട്ടുള്ളത്. മൊത്തം നാന്നൂറ്റിപത്ത് ശ്ലോകങ്ങൾ കൃതിയിലുണ്ട്.

പ്രഥമസ്ഥലം

അനംഗനെ (കാമദേവനെ) നമിച്ചുകൊണ്ടാണ് കവി കല്യാണമല്ലൻ അനംഗരംഗം എന്ന കാവ്യത്തിന്റെ രചനയിലേക്കു കടക്കുന്നത്. കവി അനംഗനു നൽകിയിട്ടുള്ള വിശേഷണങ്ങൾ യഥാക്രമം അതിലളിതവിലാസ നിരതൻ, സകലതോജോവിലീനഹൃദയൻ, സമരഭൂവിൽ അധൃഷ്യൻ, അസുരശംബരവധം ചെയ്തുള്ളോൻ, അവിരതം അഭിരാമൻ, അടരിൽ ശത്രുനിരകളെ അതിദ്രുതം വെല്ലുന്ന വിരുതാർന്നവൻ, ശർമ്മപ്രദൻ എന്നിവാണ്.

ശത്രു സംഹാരകനായ അഹമ്മദിന്റെ പുത്രനും കാമതന്ത്രവിശരദനുമായ ലോദവംശാവതംസമായ ലാഡഖാന് കവി നിത്യം വിജയമാശംസിക്കുന്നു. ലാഡഖാന്റെ വിനോദത്തിനായി രാജർഷി കല്യാണമല്ലനാകുന്ന താൻ മംഗളഗാത്രികൾക്കേറെ പ്രിയമായ അനംഗരംഗം എന്ന ഗ്രന്ഥം രചിക്കുന്നതായി കവിപറയുന്നു. വാത്സ്യായനാദിമഹർഷിമാരുടെ വാഗർത്ഥസാരം നിരീക്ഷണം ചെയ്തിട്ടാണ് സാരജ്ഞർക്കു സുഗ്രഹമായിടുന്ന മാരകേളീരസം വർണ്ണിക്കുന്നതെന്ന് കവി വ്യക്തമാക്കുന്നു. നിത്യവും പരമമായ ആനന്ദം നൽകുന്നത് ഭോഗസുഖം മാത്രമാണെന്നും അതിന്റെ സത്യമറിയാത്ത പുരുഷന്മാർ ഭീരുക്കളാണെന്നും അവർക്കു സ്ത്രീലബ്ധിയുണ്ടായാലും പ്രസ്തുത സുഖം കൈവരിക്കാനാവില്ലെന്നുമാണ് കവിയുടെ നിലപാട്.

നാരിമാരുടെ വ്യത്യസ്തതകളായി പണ്ടുമുതലേ പറയപ്പെടുന്നത് പത്മിനി, ചിത്രിണി, ശംഖിനി, ഹസ്തിനി എന്നിങ്ങനെയാണ്. നാരിമാരിൽ ഉത്തമ യാണ് പത്മിനി. അരികിൽ രക്തനിറം കലർന്ന് അഴകുള്ള മിഴികളും പൂർണ്ണ ചന്ദ്രനു തുല്യമായ മുഖവും, തിങ്ങി നിറഞ്ഞ സ്തനങ്ങളും, വിടർന്ന നെന്മേനി വാകപ്പൂവിന്റെ കാന്തിയെഴുന്ന ശരീരവും, ലഘുവായി ഭക്ഷണം കഴിക്കുന്നതിൽ പ്രിയവും, വിരിയുന്ന താമരപ്പൂവിനു തുല്യമായ മിഴികളിൽ മദജലം ആർന്നവളും, സുവർണ്ണചെമ്പകനിറമുള്ളവളും, ലജ്ജയാൽ സുമുഖിയായവളും, ദേവപൂജാദി തല്ലരയും, അതികൃശാംഗിയും അന്നനടയും, ലളിതമായ വേഷഭൂഷണമാർന്നവ ളും, ധവള വസ്ത്രമോഹിനിയുമാണ് 'പത്മിനി'.

അതികൃശാംഗി, ആനതമേനി, ചപലഅപാംഗ മോഹിനി, അധിക സംഗീതപ്രിയ, മൃദുശരീരപ്രകൃതി, മയൂരനാദ, ഉന്നതസ്തനത്വം, കൃശ മായ കണങ്കാൽ, സുഗന്ധിയായ മദജലം, മൃദുലബിംബാധരോഷ്ഠം, വാത്സല്യത്വം, വൃത്ത വടിവാർന്ന ഉപസ്ഥം, തടിച്ച താമരത്തണ്ടു പോലുള്ള ഗളം, ഉപഭോഗതല്പരത, രതിചിത്രാഭിരാമം എന്നിവയോടുകൂടിയ അംഗനയാണ് ചിത്രിണി.

ശംഖിനിയുടെ പ്രത്യേകതകളായി പറയുന്നത് നന്നേ ചെറുതായ സ്തനങ്ങൾ, ക്ഷിപ്ര കോപം, ക്ഷാരഗന്ധം, കാമദജലം പൊടിഞ്ഞ് നന വാർന്ന് രോമാവൃതമായ ഉപസ്ഥം, കുടില നോട്ടം, അതിദ്രുത നട, സംയോ ഗമുഹൂർത്തത്തിൽ നഖക്ഷത തല്പരത, കാമപീഡിത, മിതഭക്ഷണത്വം, ചുവന്ന വസ്ത്രധാരണപ്രിയം, ദയാശൂന്യത, പരുപരുത്തസ്വരം, വെറുപ്പ് ഉളവാക്കൽ എന്നിവയാണ്.

സ്ഥൂലശരീരം, ചെമ്പിച്ചു പിന്നിയ തലമുടി, ക്രൂരത, ലജ്ജാവിഹീനത, ഭക്ഷണത്തിൽ ആർത്തി, വളഞ്ഞ വിരലുകൾ, കുന്തിച്ചകാൽ, കുറിയ കഴുത്ത്, മത്തഗജത്തിന്റെ മദജലഗന്ധം, ഗദ്ഗദശബ്ദം, മന്ദഗാമിനി, രതി ക്രിയയിൽ അതൃപ്തി, പീനാധര, മുഗ്ദ്ധത എന്നിവയാണ് ഹസ്തിനി യുടെ പ്രത്യേകതകൾ.

പത്മിനീ സംഗമത്തിന് പ്രഥമം, ദ്വിതീയം, ചതുർത്ഥി, പഞ്ചമി എന്നു നാലു തിഥിയും യോഗ്യമാണ്. ചിത്രിണീ സംഗമ ത്തിന് ഷഷ്ഠി, അഷ്ടമി, ദശമിതിഥികളും ദ്വാദശിയും നല്ലതാണ്. ഹസ്തിനീ സംഗമത്തിന് തൃതീയ, സപ്തമി, ഏകാദശി, നവമി തിഥികൾ യോഗ്യമാണ്. നിശയുടെ നാലാം പാദത്തിൽ പത്മിനിയും നിശയുടെ ആദ്യപാദത്തിൽ ശംഖിനിയും പാതിരാവിൽ ഹസ്തിനിയും പ്രീതയാകുമത്രേ. രാത്രിയിൽ സുരതാ വേഗം പത്മിനിക്കു കുറവാണ്. ശിശുയോഗത്തിലാണെങ്കിൽ പകൽ നേരത്തും വികസിക്കും.

ദ്വിതീയസ്ഥലം

അനംഗൻ നാരിമാരിൽ മാസത്തിലെ ഇരുപക്ഷത്തിലും പ്രവേശിക്കും മുകളിൽ നിന്നും താഴേക്കും, താഴെ നിന്നും മുകളിലേക്കും അനംഗ

സഞ്ചാരം ഉണ്ട്. കാമദേവൻ നാരിമാരുടെ ദേഹത്തിൽ പടർന്നു കയറുന്നത് ആദ്യം സീമന്തരേഖ, പിന്നെ മൂർദ്ധാവ്, നേത്രം, അധരം, കവിൾത്തടം, കക്ഷം, വാർമുടിച്ചാർത്ത്, ഉര:സ്ഥലം, ഉപസ്ഥം, കാൽമുട്ട്, പാദം പെരുവിരൽ, മേലേ മൂർധാവ് എന്നീ ക്രമത്തിലാണ്.

നെറുകയിൽ നഖം പ്രയോഗിക്കുക, കണ്ണിലും കവിളിലും ചുംബനം ചൊരിയുക, അധരത്തിൽ ദന്തക്ഷതം വരുത്തുക, നഖത്താൽ കക്ഷത്തുരയ്ക്കുക, കുചങ്ങൾക്കും ശ്രോണീതടത്തിനും കൊടിയ മർദ്ദനം കൊടുക്കുക, കരതലം ഉപസ്ഥത്തിൽ നിവർത്തി മൃദുത്വമില്ലാതെ പടർത്തുക എന്നിവയാൽ മാതംഗലീലയിൽ കുതുകത്താൽ നിർദ്ദയം മുഴുകണം. മാറിടത്തിൽ ആദ്യം ദ്രുതവേഗമായും പിന്നെ മന്ദമായും താഡനം ചെയ്യുക, പാദം, നെരിയാണി എന്നിവയാൽ പാദങ്ങളെയാകെ ഉരുമ്മുക എന്നീ വിധത്തിൽ യോഗമുറകളിലൂടെ സംയോഗസുഖത്തെ പകർന്നീടുക. ഗാഢമായ ആശ്ലേഷം കഴിഞ്ഞ് പാർശ്വോദര സ്ഥാനങ്ങളിലും, ഗണ്ഡത്തിലും ജഘനത്തിലും നിതംബത്തിലും ക്ഷിപ്രമല്ലാതുള്ള നഖപ്രയോഗവും, നെറ്റിയിലും നെഞ്ചിലും അധരത്തിലും ചുംബനവർഷവും നടത്തി സീൽക്കാരദായികയായ പത്മിനിയെ വിദഗ്ധരായ നായകന്മാർ ദ്രവിപ്പിക്കണം. ദ്വിതീയ നാളിൽ അധരചുംബനം, നഖക്ഷതം, കവിൾത്തടത്തിലും കുചദ്വയത്തിലും മൃദുവായ മർദ്ദനം എന്നിവയാൽ കാമനെ ഉണർത്തുക, ഉണർന്ന കാമനോടിരുന്നരുളുന്ന കാമിനിയെ ദ്രവവശഗയാക്കുക. ചതുർത്ഥനാളിൽ ഗാഢമായ ആലിംഗനവും അധരദംശനവും നഖപ്രയോഗവും നടത്തി ഉണരുന്ന കാമന്റെ അനുഗ്രഹത്താൽ കമിനിയെ വശത്താക്കുകയാണ് നല്ലത്. അഞ്ചാം ദിനത്തിൽ അധരദംശനവും, മുലക്കണ്ണുകൾ വിരൽത്തുമ്പിലാക്കി തഞ്ചത്തിൽ പീനകുചമർദ്ദനവും നടത്തി പത്മിനിയെ വശീകരിക്കുക. ഷഷ്ഠിനാളായാൽ അധരപാനം, ആലിംഗനം, നഖരപ്രയോഗം എന്നിവയാൽ ആവുംവിധം ദ്രവിപ്പിച്ചീടണം.

അഷ്ടമി നാളിൽ ബാഹുക്കളാൽ കണ്ഠം പിടിച്ചടുപ്പിച്ചും, നാഭിച്ചുഴിയിൽ നഖങ്ങൾ അമർത്തിയും നാവിനാൽ നെഞ്ചിലുമ്മവച്ചും, മെല്ലെകുനിച്ച് മാതംഗക്രീഡ നല്ലവണ്ണം നടത്തി ചിത്രിണിയെ ദ്രവിപ്പിക്കേണ്ടതാണ്. ദശമിനാൾ കർണ്ണം, തുട, മുല, മദ്ധ്യം, നിതംബം, കടിപ്രദേശം എന്നിവടങ്ങിൽ ഇടതു കൈപ്പടം കൊണ്ട് മൃദുവായി തടവിയിട്ട് ചുടുചെറുചുംബനങ്ങൾ നെറ്റിത്തടത്തിലേക്ക് ഉടൻ നൽകി ചിത്രിണിയിൽ അതിദ്രുതം കാമം ദ്രവിപ്പിച്ചീടണം. ദ്വാദശിനാളിൽ ആലിംഗനം ചെയ്ത്, കവിൾത്തടത്തിൽ മുഴുവൻ ചുംബനം പകർന്ന്, കാതിലും ശ്രോണീതടത്തിലും കൈനഖത്താൽ മെല്ലെ തിരുമ്മി, കെട്ടഴിഞ്ഞ ചികുരം വിടർത്തി സ്വസ്ഥതയേതുമില്ലാതെ സീൽക്കാരമുതിർത്ത് ഇരിക്കുന്ന ചിത്രിണിയെ ദ്രവിപ്പിച്ചീടണം.

ശംഖിനിയെ മൂന്നാംദിനത്തിൽ വാരിപ്പുണർന്ന് അരുണാധരം നല്ലപോലെ നുകർന്ന് നഖങ്ങൾ ബാഹുമൂലത്തിൽ അമർത്തി മാറിടത്തെ ദ്രവിപ്പിച്ചീടുക. സപ്തമിനാളിൽ കൈനഖത്തുമ്പിനാൽ മെല്ലെ ശരീരമാകെ ഉരുമ്മി വീണ്ടും ഉപസ്ഥഭാഗത്തെ മർദ്ദനത്താൽ നിർദ്ദയമായി

ദ്രവിപ്പിച്ചീടുക. ഏകാദശിയിൽ മുറുകെപ്പുണർന്ന് അരുണാധരത്തെ നുകർന്നിട്ട് കൈനഖത്തിനാലും കരത്തിനാലും ഉപസ്ഥഭാഗത്ത് താഡനം ചെയ്യണം. പിന്നീട് നഖാഗ്രത്തിനാൽ കഴുത്തിനെ നന്നായി ചുരണ്ടിയുണർത്തിയിട്ട് സീൽക്കാരപൂർവ്വം കുചങ്ങളെ മർദ്ദിച്ച് നായികയെ വേഗം വശപ്പെടുത്തണം.

ഹസ്തിനിയുടെ നാഭീമൂലത്തിൽ മൃദുവായി കൈവിരൽ ഉപയോഗിച്ചും, അധരപാനവും ഉപസ്ഥസ്പർശവും ആവതും നല്ലവിധം ചെയ്തും കുചങ്ങളെ മാർവിടത്തോടമർത്തിയും അഭിമതയാക്കണം. ചതുർദശിയിൽ ഹസ്തിനിയുടെ കൺകളിൽ ചുംബിച്ച്, നഖവിസ്ഫോടനത്താലും കരികരക്രീഡയാലും മെല്ലവേ തരളയാക്കീടണം. കറുത്തവാവിലും വെളുത്തവാവിലും വിവിധങ്ങളായ ആലിംഗനങ്ങളാലും, നഖപ്രയോഗങ്ങളാലും, കക്ഷം, തുട, മുലത്തടം എന്നിവിടങ്ങൾ ഇരുകൈകളാലും നിർദ്ദയമായി അടിച്ചടിച്ചു തന്നെയും ശരിക്കും ദ്രവിപ്പിച്ചീടണം.

തൃതീയസ്ഥലം

പുരുഷലിംഗത്തിന്റെ ദൈർഘ്യം പരിഗണിച്ച് പുരുഷന്മാർ മൂന്നുവിധത്തിൽ അറിയപ്പെടുന്നു. ശശൻ, വൃഷഭൻ, അശ്വൻ എന്ന്. ഉപസ്ഥത്തിന്റെ (യോനിയുടെ) വിസ്തൃതിയനുസരിച്ച് സ്ത്രീകളും മൂന്നു വിധത്തിൽ ഹരിണി, അശ്വ, കരിണി എന്ന് അറിയപ്പെടുന്നു.

ശശൻ ഹരിണിയോടൊപ്പവും, വൃഷഭൻ അശ്വത്തോടൊപ്പവും അശ്വൻ കരിണിയോടും ചേർന്നുള്ള സുരതം 'സമരതം'. വൃഷഭത്തോടു ഹരിണി ചേരുന്നത് ഉച്ചരതം എന്നറിയുന്നു. വൃഷഭനും കരിണിയും തമ്മിൽ ചേർച്ചയുണ്ടായാൽ അത് നീചരതം എന്നു കരുതപ്പെടുന്നു. അശ്വനും ഹരിണിയും ഒന്നുചേരുന്ന രതത്തിന് 'അത്യുച്ചം' എന്നുപറയുന്നു. ശശനും കരിണിയുമായി, ഒന്നു ചേർന്നുള്ള രതം 'അതിനീചം' ആണ്.

ഒമ്പതുരതങ്ങളിൽ ശ്രേഷ്ഠമായത് 'സമരതം' ആണ്. ഉച്ചരതങ്ങൾ മധ്യമവും, നീചരതങ്ങൾ അധമങ്ങളും, അത്യുച്ചരതവും അതിനീചരതവും നിന്ദ്യങ്ങളുമാണെന്നാണ് വിജ്ഞാനികൾ കല്പിച്ചിടുന്നത്.

രുധിരോദ്ഭവമായിടുന്ന കൃമികൾ മൂന്നുവിധത്തിലുണ്ട്. അവ എന്നും ഉപസ്ഥത്തിൽ അസ്വാസ്ഥ്യം ജനിപ്പിക്കുന്നവയാണ്. അതിനെ വെല്ലുവാൻ ഹ്രസ്വമായ ലിംഗമാർന്നവർക്ക് ആവില്ല. അതിനാൽ നാരിമാർ നീചസംയോഗം വെറുക്കുന്നു. മദ്ധ്യോപസ്ഥം എപ്പോഴും തികച്ചും ദുർബ്ബലം തന്നെ.അതിനാൽ ദീർഘലിംഗത്താൽ അവർക്ക് ഒരു സൗഖ്യവും ഉണ്ടാവില്ല. അതീവകാമകലാകോവിദൻ ആയ വിരുതൻ ദൃഢവും സ്ഥൂലവുമായ ലിംഗത്താൽ അകത്തെ അസ്വാസ്ഥ്യമകറ്റികൊണ്ട് തന്നെ സ്ത്രീയെ രമിപ്പിച്ചടക്കണം.ഭോഗാവസാനം സ്രവണം വരുമ്പോൾ തന്നെ നാരി ആഹ്ലാദിച്ചിടും. നാനാവിധത്തിൽ രോദനം ചെയ്യുന്ന നാദമുയർത്തി വിടും. മോക്ഷം പൂകിയപോലെ കണ്ണടച്ച് ഏറെ അസ്വസ്ഥയായിടും.

കാമജലവിസർഗ്ഗത്തിനു വേണ്ടതായ സമയദൈർഘ്യത്തിനനുസരിച്ച് പുരുഷനും സ്ത്രീയും ഒമ്പതു വിധം പിന്നെയും വേറിടുന്നു. വേഗസ്വഭാവമനുസരിച്ച് മന്ദവേഗസ്ഥർ, മധ്യവേഗസ്ഥർ, ചണ്ഡവേഗസ്ഥർ എന്ന് മൂന്ന് വിഭാഗങ്ങളായി വീണ്ടും തിരിക്കുന്നു. സമരതം ഒമ്പതാണ്. ഉച്ചരതം ആറ്, നീചരതം ആറ് എന്നിങ്ങനെ മൊത്തം ഇരുപത്തേഴു രതം.

ചണ്ഡവേഗത്തിൽ ബഹുജലസൃഷ്ടിയും കാമാഭിലാഷവും ഏറിടുന്നു. മന്ദവേഗത്തിൽ അല്പവിസൃഷ്ടിയും അല്പമായ കാമവും വന്നിടുന്നു. ശശജാതി വംശസ്ഥരായ പുരുഷന്മാർ കോമളകുന്തളത്താൽ ശോഭിതരും, വാരിജനേത്ര വിഭൂഷിതരും, അല്പാശനത്തിൽ ഭ്രമിക്കുന്നവരും, സൂക്ഷ്മ ശരീരമാർന്നവരും, സ്വച്ഛനിറത്താൽ തിളങ്ങുന്നവരും അല്പരതത്തിൽ രമിക്കുന്നവരും ഏറെ വിനീതരും കാമവികാരതരളിതരും ആയിരിക്കും.

'വൃഷഭ' വർഗ്ഗത്തിലെ പുരുഷന്റെ ലക്ഷണം, 'ഉന്നതമായ ശിരസ്സും ഭുജങ്ങളും, നന്നേ വിരിഞ്ഞ മാർവിടവും, കൂർമ്മാകൃതിയായ ഉദരവും, ക്രൂരഭാവമുള്ളവരും, ത്യാഗസന്നദ്ധരും, സ്ഥൂല ശരീരരും, ശ്യാമലോചനരും, രക്തവർണ്ണോജ്വലമായ ഹസ്തമാർന്നവരും, ശക്തോപസ്ഥരും, ഏറെ വിനീതരും എന്നതാണ്.'

അശ്വവർഗ്ഗസ്ഥരായ പുരുഷന്റെ ലക്ഷണം: 'നീണ്ടിടതുർന്ന തലമുടി, നീണ്ടുപരന്ന് ഏറെ ചഞ്ചലമായ കണ്ണുകൾ, കോപപ്രകൃതം, നന്നേ മെലിഞ്ഞുള്ള നീളൻ കഴുത്തും വിരിഞ്ഞ മാറും, ഏറെ കൊതിയാർന്നവർ, ഏറെ അലസർ, പ്രൗഢതയാർന്ന ശരീരവും രസോജ്വലമായ ഭാഷണപ്രിയത്വം, ഖണ്ഡരതതല്പരർ, നീണ്ടവിരലുകളാൽ ചന്തമാർന്ന കൈകൾ, തടിച്ചസ്ത്രീകളോടു ശൃംഗാരലോലർ, ക്ഷാരസുഗന്ധിയായ രേതസ്സോടു കൂടിയവർ, വ്യാകുലചിത്തർ, ദീർഘമായ ഉപസ്ഥങ്ങളാർന്നവർ' എന്നതാണ്.

ഹരിണിജാതിയിൽ പെടുന്ന സ്ത്രീകളുടെ ലക്ഷണം: 'ഇടതൂർന്ന മുടി, നിറഞ്ഞ് തുംഗമായ സ്തനങ്ങൾ, വിടർന്ന കണ്ണുകൾ, ചെറിയനാസാരന്ധ്രം, അരുണാധരകാന്തി, അരുണമായ പദകമലകാന്തി, തടിച്ച ഊരുക്കളും ഉപസ്ഥവും, കോമളഭുജങ്ങൾ, വെളുത്തു നേർത്ത വിരലുകൾ, നല്ല കവിൾത്തടങ്ങളും ചെവികളും, കുയിലിനെ വെല്ലുന്ന നാദം, ഗജരാജനട, അതിവിസ്തൃതമായ ഉപസ്ഥം' എന്നിവയോടു കൂടിയത്.

അശ്വജാതിയിൽപ്പെട്ട സ്ത്രീ ലക്ഷണം: 'സ്ഥൂലവും ഋജുവുമായ ഇടതൂർന്ന മുടിച്ചാർത്ത്; നിമ്നോന്നതമായ ശിരസ്സ്, വിടർന്ന നീലോൽപലമിഴികൾ, പീനമായ ശ്രോണി, തിങ്ങും സ്തനങ്ങൾ, നാഭിച്ചുഴി, മനോഹരമായ കൈകളും പാദങ്ങളും കടിപ്രദേശവും, കാന്തനോട് അനുരാഗം, കാമജലം സ്രവിക്കുമ്പോൾ വിസ്തൃതിയേറുന്ന ഉപസ്ഥം' എന്നിവയാണ്.

കരിണി ജാതിയിൽപ്പെട്ട സ്ത്രീലക്ഷണം: 'തടിച്ച നാസികയും കവിൾത്തടവും കഴുത്തും, മനോഹരമായ കർണ്ണങ്ങൾ, തടിച്ചു തൂങ്ങുന്ന അധരവും ഓഷ്ഠവും, തുടുപ്പാർന്ന നേത്രങ്ങൾ, വളഞ്ഞകാൽമുട്ട്, കൊഴുത്ത കാലുകൾ, കാമജലമുതിർക്കൽ, അതൃപ്തിയാർന്നുള്ള പരിഭവം കൊള്ളൽ, അതിവിസ്തൃതിയാർന്ന ഉപസ്ഥം' എന്നിവയാണ്.

സ്ത്രീജാതിഭേദഭാവങ്ങളിൽ വ്യത്യാസങ്ങളും എന്തിലും മീതേ ഉയർന്നവയായ മുന്തിയപ്രകാരത്തിലുള്ള ഗുണങ്ങളും കണ്ടുവരുന്നു.

നാലാം സ്ഥലം

അംഗനമാരുടെ സമാനധർമ്മങ്ങളും പ്രീതിലക്ഷണവും പ്രകൃതി ലക്ഷണവും ഭോജനരീതിയും യോനീസ്വരൂപവും ഈ അധ്യായത്തിൽ പറയുന്നു.

പതിനാറുവയസ്സുതികഞ്ഞവൾ 'ബാല'യും മുപ്പതുവയസ്സായവൾ 'തരുണി'യും അതിനുമേൽ പ്രായമുള്ളവൾ 'പ്രൗഢ'യും, ഒന്നിനും കഴിയാത്ത അവസ്ഥയിൽപെട്ടവൾ 'വൃദ്ധ'യുമാണ്. ഇരുട്ടിലുള്ള സുരതങ്ങളിലൂടെ സംതൃപ്തയായിടുന്നവളാണ് 'ബാല'. വെളിച്ചത്തിൽ മാത്രം തികച്ചും സംതൃപ്തി കൊള്ളുന്നവളാണ് 'തരുണി', വെളിച്ചമായാലും ഇരുട്ടായാലും കുളുർക്കെ സന്തുഷ്ടയായിടുന്നവളാണ് 'പ്രൗഢ'. ഒരിക്കലും ഒരുവിധത്തിലും ഒരു നേരത്തും സംതൃപ്തി ആകാത്തവളാണ് 'വൃദ്ധ'. പുഷ്പമാല്യത്താലും താംബൂലത്താലും തൃപ്തയായിത്തീരുന്നവളാണ് ബാല. പ്രേമത്തിൽ തൃപ്തി കൈവരിക്കുന്നവളാണ് 'പ്രൗഢ'. ആലാപന ഗൗരവത്താൽ തൃപ്തി അനുഭവിക്കുന്നവളാണ് 'വൃദ്ധ'.

മെലിഞ്ഞ ശരീരവും താണ കക്ഷവും കറുത്ത നിറവുമാർന്നവൾ കാന്തനിൽ നിന്നു പിരിഞ്ഞുകഴിയുമ്പോൾ ദുഃഖിതയും ശ്ലഥാംഗിയുമായിത്തീരുന്നു. നന്നേ തടിച്ച ശരീരവും വെണ്മയും ഉന്നത കക്ഷവുമാർന്നവൾ നിത്യ സുരതത്തിനാൽ തന്നെ ശക്തയായി പരിണമിക്കുന്നു.

നിത്യം കഫപ്രകൃതിയായവൾ 'ഉത്തമ'യും പിത്തപ്രകൃതിയായവൾ 'മധ്യമ'യും വാതപ്രകൃതിയായവൾ 'അധമയു' മാണെന്ന് ലക്ഷണങ്ങളിൽ നിന്നും നിശ്ചയിക്കാം. സ്നിഗ്ദ്ധമായ ദന്തങ്ങളും നഖങ്ങളും നേത്രങ്ങളുമാർന്ന് മുഗ്ധാംഗിയും, ശ്യാമവർണ്ണത്താൽ സമുജ്ജ്വലയും കാന്തനിൽ ദൃഢപ്രേമവാർന്നവളും മാർദ്ദവമേറുന്ന ഉപസ്ഥത്തോടുകൂടിയവളും ആയ കാന്ത കഫപ്രകൃതിയും ഉത്തമയുമാണ്. വെളുത്തവളും ചുവന്നകണ്ണുള്ളവളും ചുവന്ന നഖമാർന്നവളും ദ്രുതകോപയും ക്ഷണപ്രസന്നയും തടിച്ച ശ്രോണിയുള്ളവളും, ഭുജങ്ങൾ തടിച്ചവളും വിശിഷ്ടഗന്ധയും അയഞ്ഞു ചൂടാർന്ന ശരീരയും മൃദുസുരതകുശലയും, അയഞ്ഞ മാംസഗന്ധമാർന്നവളും ആയ കാന്ത പിത്തപ്രകൃതിയും മധ്യമയുമാണ്. അതി കഠിന ശരീരം, മൃദുത്വമില്ലാത്ത തലമുടിച്ചാർത്ത്, അമിതമായ സംഭാഷണപ്രിയത്വം, ചഞ്ചലസ്വഭാവം, അധികഭക്ഷണപ്രിയത്വം, അല്പാല്പം കറുത്തു ധൂസരവർണ്ണം, സുരതത്തിൽ അതികഠിന, പരുപരുത്ത ഉപസ്ഥം, കറുത്ത കണ്ണും നഖവും എന്നിവയോടുകൂടിയ കാന്ത വാതപ്രകൃതിയും അധമയുമാണ്.

സുഗന്ധിയായ മൃദുശരീരം, പ്രസന്നമായ മുഖകമലം, സന്തുഷ്ട, ശുചികർമ്മനിരത, മധുരഭാഷണപ്രിയ, ധനസമ്പന്ന എന്നിവയാർന്ന അംഗന 'ദേവസത്വ' എന്നറിയുന്നു. ഉത്തമ സംഗീതലീലാരസിക, പുഷ്പഹാരങ്ങളിൽ ദത്താവധാന, ചാരുവേഷഹർഷ എന്നിവയാർന്ന അംഗന 'ഗന്ധർവ്വസത്വ' എന്നറിയുന്നു. മദ്യമാംസ ആസക്ത, നിർല്ലജ്ജ, ചെമ്പകപ്പൂനിറം, തുംഗപീനസ്തനം, കോപി

ഷ്ഠ, സദാഭോഗേച്ഛ എന്നിവയോടുകൂടിയ അംഗന 'യക്ഷസത്വ' എന്നറിയുന്നു. അതിഥി സൽക്കാരതല്പരത, സഖ്യതല്പരത, അനുരാഗോജ്ജ്വലത, വിശുദ്ധ ചിത്തവൃത്തി, വ്രതാനുഷ്ഠാന വ്യഗ്രത എന്നിവയോടുകൂടിയ അംഗന 'മനുഷ്യ സത്വ'എന്നറിയുന്നു. നിന്ദ്യഭക്ഷണം കഴിക്കുന്നവളും, നിത്യം ദുർവൃത്തയും ദുഷ്ടയും ഉഷ്ണമലിന ശരീരയും ആയ അംഗന 'പിശാചസത്വ' എന്നറിയുന്നു. ദുഃഖാകുലയും ഭ്രാന്തിശീലയും ഉച്ഛ്വാസ ശബ്ദമുയർത്തുവോളും, ഇടയ്ക്കിടെ കോട്ടുവായിട്ട് രസിക്കുന്നവളും, നിദ്രാലോലയുമായിട്ടുള്ള അംഗന 'നാഗസത്വ' എന്നറിയുന്നു. നിഷ്ഫലകാര്യങ്ങളിൽ ഉദ്വേഗയും, നേത്രങ്ങളെ ഭ്രമിപ്പിക്കുന്നോ ളും, സദാക്ഷുത്താർന്നവളും ആയ അംഗന 'കാകസത്വ' എന്നറിയുന്നു. ഏറ്റവും ചപലയും സദാ നേത്രങ്ങൾ ചുഴറ്റുന്നവളും പല്ലുകടിച്ചു രസിക്കുന്നവളും 'കപിസത്വ'എന്നറിയുന്നു. ദുഃസ്വഭാവിയും അപ്രിയവാക്കുകൾ പറയുന്നവളും, നീരാടുവാൻ അനിഷ്ടം കൊള്ളുന്നവളും 'ഖരസത്വ'എന്നറിയുന്നു.

ജാതിസത്ത്വാദിയിൽ ഏറ്റവും പ്രധാനം 'പ്രകൃതി'യാണ്. പിതൃ ഗൃഹത്തിലെ വാസം, വേശ്യമാരോടുള്ള ബന്ധം, വിപ്രയോഗത്താലുള്ള ദുഃഖം, ഭർത്തൃവാർധക്യം, ഈർഷ്യ, ദുഷ്ടപുരുഷ സഹവാസം, കുലവൃത്തിഭ്രംശം, എന്നിവ സ്ത്രീകൾക്കു നാശഹേതുക്കൾ തന്നെയാണ്.

പിശുക്കനായ ഭർത്താവിനാലും മാനാഭിമാനത്താലും മലിനാവസ്ഥ യാലും, രോഗത്തിനാലും, ദരിദ്രാവസ്ഥയാലും, മെലിഞ്ഞ ശരീരത്തിനാലും, ദോഷശങ്കയാലും അനുരാഗം വിട്ടുപോകുന്ന പ്രകൃതമാണ് നാരി മാർക്കുള്ളത്. ഭർത്താവിനെ കടാക്ഷിക്കാതെ പരുഷഭാവം കൊള്ളുക, ഉത്തരം പറയാൻ തയ്യാറാകാതെ വിരഹത്തിൽ സുഖം കൊള്ളുക, സുഖത്തിൽ ദുഃഖമാർന്നിടുക, സദാശയ്യാവലംബം, ചുംബനത്തിൽ നിന്നൊഴിഞ്ഞുമാറുക, അടുത്തുള്ളവരുമായി അകന്നുമാറുക എന്നിവ വിരക്ത യുടെ സഹജ ലക്ഷണങ്ങളാണ്.

ദമ്പതിമാർക്കിടയിലെ പ്രീതി നാലുവിധത്തിലുണ്ട്. നൈസർഗ്ഗികം, വിഷയജം, സമം, ആഭ്യാസികം എന്ന്; ജന്മസിദ്ധമെന്ന പോലെ ഉണ്ടാകുന്നതാണ് 'നൈസ ർഗ്ഗികം'; അതാകട്ടെ വജ്രലേഖക്കുതുല്യം ഉത്തമമാണ്. ചന്ദനം, മാല, ഭോജ്യ ങ്ങൾ എന്നിവയാൽ വന്നുചേരുന്നതാണ് 'വിഷയജം'. സംയോഗത്തിൽ നിന്നുളവാകുന്ന സംപ്രീതിയാണ് 'സമം'. നായാട്ടു, ദേവാഭിപൂജ, സംഗീതം, ദേവപ്രയോഗം എന്നിവയിൽ അഭ്യാസബലത്തിനാൽ വൃദ്ധിയുണ്ടാക്കുന്നതിനെ യാണ് 'ആഭ്യാസികം' എന്നുപറയുന്നത്.

സ്ത്രീകൾക്കൊക്കെയും രണ്ടാമതായ ഗുണം 'ഭോജന'വും, 'കൃത്യ ബുദ്ധി' നാലാമതായ ഗുണവും, ആറാമതായ ഗുണം 'നിശ്ചയം' എന്നതും, എട്ടാമതായ ഗുണം 'കാമം' എന്നതുമാണ്.

ഉപസ്ഥത്തിന്റെ അന്തർഭാഗം തുടുത്ത താമരയല്ലി പോലെയാണ്. ചെറിയ ഗുളികയുടെ നിരപോലെ അതീവ കോമളമായും ചിലതുകാണാം. ചിലത് ചുറ്റിലും ചുളുക്കുകളാർന്നും, ചിലത് പരുപരുത്തും കാണുന്നു. ഇങ്ങനെ

നാലുതരമായ ഉപസ്ഥത്തിൽ പ്രഥമമായതു (താമരയല്ലിപോലുള്ളത്) തന്നെയാണ് ശ്രേഷ്ഠമായുള്ളത്. ഉപസ്ഥത്തിന്റെ മധ്യഭാഗത്തായി ഒരു നാഡി കിടപ്പുണ്ട്. അത് ക്ഷോഭിതമാകുമ്പോൾ സ്രവണം സംഭവിക്കുന്നു. ആ ജലം 'സ്യന്ദം' എന്ന പേരിലറിയപ്പെടുന്നു. 'പൂർണ്ണചന്ദ്ര' എന്നുള്ള നാഡിയും അവിടെയാണ്. അതിൽ നിന്നു വരുന്ന സ്രവവും ദ്രവം തന്നെയാണ്.

രംഗാദിയിൽ പരീക്ഷീണിതയായവൾ, വിരഹമനുഭവിക്കുന്നവൾ, പ്രസവം കഴിഞ്ഞ് ഒരു മാസം കഴിഞ്ഞവൾ, ഗർഭിണിയായിട്ട് ആറ് മാസം ആയവൾ, കോപം വെടിഞ്ഞ് ഏറെ തെളിവോടെ മാനസം പ്രസന്നമായ് തീർന്നവൾ, ഋതുസ്നാനം പിന്നിട്ടു വികാരവിക്ഷുബ്ധയായവൾ എന്നിവർ രാത്രിയിൽ പ്രീതികളായി തൃപ്തികളായി ഭവിക്കുന്നു. ആദ്യമായുള്ള സംയോഗത്തിൽ നാരികൾ അല്പരസത്തോടുകൂടിയവരാകും. പിന്നെ ഏറെനേരം കൊണ്ടുതന്നെ അവർ സംപ്രീതരായ് തൃപ്തരായ്ത്തീരുന്നു. പിന്നത്തെ സംയോഗത്തിലാകട്ടെ അവർ ഭംഗിയിൽ സംതൃപ്തരായിടുന്നു. പുരുഷന്മാരുടെ അവസ്ഥ അങ്ങനല്ല. ഏറെനേരത്തും മറിച്ചാണ് തന്നെ.

കുറുനിരകളെ വീണ്ടും ഗ്രഹിക്കുക, സ്തനങ്ങൾ മറയ്ക്കാതിരിക്കുക, അധരത്തെ തൊട്ടുതൊട്ടന്നമട്ടിൽ ലജ്ജയാലേ തിരിയുക, അടുത്തിരിക്കുന്ന കുട്ടിയെ ചുംബിക്കുക, അറിയാതെ കോട്ടുവായിട്ടു ഇരിക്കുക, ആദരവോടെ മിഴിയയക്കുക, ആലിംഗനത്താൽ സഖിയെ തഴുകുക, ചെറിയ പുഞ്ചിരി കൊണ്ടുതന്നെ കൊഞ്ചുക, വെറുതേ നാണം നടിച്ച് പിന്മാറുക, ഇടയ്ക്കിടെ തല ചൊറിയുക. വ്യാജഭാവത്തിൽ വെറുതേ നിൽക്കുക തുടങ്ങിയുള്ള ഭാവഹാവാദികളാൽ കമനിമാർ കാമം വെളിവാക്കുന്നു.

അഞ്ചാം സ്ഥലം

സ്ത്രീകളുടെ ദേശപരമായ ധർമ്മങ്ങൾ വ്യത്യസ്തമാണ്. മധ്യപ്രദേശത്തിലെ നാരിമാർ നിത്യവും വിചിത്രവേഷങ്ങൾ ധരിക്കുന്നവരാണ്. അവർ തീർത്തും ശുചിത്വം ദീക്ഷിക്കുന്നവരുംസുശീലസ്വഭാവമുള്ളവരുമാണ്. ദന്തനഖപ്രയോഗങ്ങളിൽ തീരെയും ബന്ധമില്ലാത്ത ക്രീഡയിൽ താല്പര്യമുള്ളവരാണ് അവർ. മാളവദേശത്തിലെ നാരിമാർ ആലിംഗനത്തിൽ അഭിരമിക്കുന്നവരാണ്. ചുംബനാദി സംയോഗക്രിയകളിൽ നിപുണകളായവരാണ് അവർ. ആഭീരനാട്ടിലെ സ്ത്രീകൾ അഭിഘാതത്തിൽ തല്പരരും നഖദന്തപ്രയോഗത്തിൽ വിരക്തിയാർന്നവരുമാണ്. ആലിംഗനത്തിലും ചുംബനത്തിലും അത്യാർത്തിയുള്ള അവരെ വശമാക്കാൻ എത്രയും എളുപ്പമാണത്രേ. ആന്ധ്ര- കന്നട ദേശത്തിലെ സ്ത്രീകൾ ആകെയും കാമാർത്തി വളർന്നേറെ കാര്യബോധമിയന്നവരാണ്. നർമ്മദക്ഷകളായ അവർ ദുരാചാരവിദഗ്ദ്ധകളും ലജ്ജാഹീനകളുമാണ്. എന്നാൽ നിത്യസുന്ദരികളാണ് അവർ.

ആലിംഗന വിദഗ്ദ്ധകളാണ് ലാടദേശത്തിലെ സ്ത്രീജനമാകെയും. നഖദന്തപ്രയോഗത്തിൽ അതിവേഗം ദ്രവിപ്പവരാണ് അവർ. സുകുമാര

ശരീരത്താൽ ആരെയും വശപ്പെടുത്താൻ പോന്ന അവർ സംഭോഗാനന്തരം പോലും തുള്ളിച്ചാടിക്കളിക്കുന്നവരാണ്. കോസലത്തിലെ സ്ത്രീകൾ ചൊറിച്ചിലാർന്ന ഉപസ്ഥത്തോടുകൂടിയവരും രതിപ്രയോഗത്തിൽ വിദഗ്ദ്ധകളായവരും ചണ്ഡമായ ഹതിയാൽമാത്രം ദ്രവിക്കുന്നവരുമാണ്. പാടലീപുത്രം മഹാരാഷ്ട്രം എന്നീ പേർപെറ്റ ദേശങ്ങളൊക്കെയും മനോഹരമായ മുഖത്തോടുകൂടിയ സുന്ദരിമാരാൽ നിറഞ്ഞതുമാണ്. വ്രീളാവിഹീനരും ചപലകളും വ്യംഗ്യഭാഷണം ചെയ്യുന്നവരും ഗാഢാനുരാഗരും കാമകലകളിൽ തൽപരരുമാണവർ. വംഗദേശത്തെയും ഗൗഡദേശത്തെയും അംഗനകൾ പൂവിനുതുല്യം ശരീരമാർന്നവരാണ്. ചുംബനാലിംഗനാദി ക്രീഡയിലാകവേ പ്രിയം കൊള്ളുന്നവരാണ്. സംഭോഗതല്പരർ അല്ലാത്ത അവർ മന്ദവേഗത്താൽ വിരക്തകളായവരാണ്. ഉത്ക്കലദേശത്തെ നാരിമാർ ലജ്ജാവിഹീനകളാണ്. അവർ ഉപരിരതത്തിൽ നിപുണരും കാമാർത്തരുമാണ്.

ആസാമിലെ സ്തീകൾ കുലീനകളും വികാരതരളരുമാണ്. കോമളമായ ശരീരവടിവും പ്രിയഭാഷണരീതിയും ഉള്ള അവർ അനുരാഗവതികളും ഭോഗത്തിൽ വേഗം ദ്രവിക്കുന്നവരുമാണ്. വനവാസികളായ സ്ത്രീകൾ പരദോഷഗ്രാഹികളാണ്. ബലിഷ്ഠശരീരരായ അവർ തങ്ങളുടെ ദോഷമകെയും വിസ്മരിക്കുന്നവരാണ്.ഗുർജ്ജരത്തിലെ അഭിമതരായ സ്ത്രീകൾ ലഘുഭോഗവിധികളിൽ സന്തുഷ്ടരും, കുവലയതുല്യലോചനരും ശുഭവേഷധാരികളും വിചക്ഷണന്മാരുമാണെന്ന് അറിവുള്ളവർ പറയുന്നു. അവന്തി, ബാല്ഹികം,സിന്ധു ദേശവാസികളായ സ്ത്രീകൾ തീവ്രവികാരമാർന്നവരും അതീവ ചണ്ഡവേഗമാർന്നവരും കോപവതികളും ചപലനേത്രരുമാണ്. അവരെ ഏറെപ്പണിപ്പെട്ടു തന്നെ വേണം തൃപ്തിപ്പെടുത്തുവാൻ.

തീരവാസികൾ പല വിധ ഉപഭോഗങ്ങളിൽ രസിച്ചിടുന്നവരും, പലവിധ രതിഭേദങ്ങളിൽ തല്പരരും സമർത്ഥകളും തികഞ്ഞസുന്ദരിമാരും പ്രിയരോട് ദൃഢാനുരാഗം ഉള്ളവരും, കൊടിയ കാമവിലാസങ്ങൾ അനുഷ്ഠിച്ചുപോരുന്നവരുമാണ്. പുഷ്പപൂരം, അംഗദേശം, മദ്രദേശം, തെലുങ്കാനദേശം എന്നിവടങ്ങളിലെ നാരിമാർ ഭോഗകലയിൽ കുശലകളും ചണ്ഡവേഗക്കാരും ലജ്ജാവതികളും ചുംബനക്രീഡാവിദഗ്ദ്ധരുമാണ്.

സൗവീരദേശം, മലയദേശം, ദ്രാവിഡദേശം എന്നിവിടങ്ങളിൽ വസിക്കുന്ന നാരിമാർ കോമളരൂപരാണ്.. സാഹസബുദ്ധികളും ഭയലേശമില്ലാത്തവരും രൂപ സവിശേഷരും ലഘുഭോഗതൃപ്തരും, നിസ്തുലരും പ്രീതിജനകമായി ഭാഷിക്കുന്നവരുമാണ്. കംബോജം, പൗണ്ഡ്രം എന്നിവിടങ്ങളിലെ അംബുജനേത്രകൾ സംഭോഗമർദ്ദനത്തിനാൽ തന്നെ സംതൃപ്തരായ് ഭവിക്കുന്നവരും കുത്സിത ബുദ്ധികളും ചണ്ഡവേഗക്കാരുമാണ്. ഗർവിതരായ നാരിമാരും, പർവ്വതവാസികളും, കാശ്മീര ദേശരുംഗാധിദേശീയരുമായ നാരിമാരും സമാനരാണ്. ലഘുഭോഗത്താൽ തൃപ്തരും നാറുന്ന ശരീരമുള്ളവരും ആലിംഗനചുംബനാദികളിൽ ആശയില്ലാത്തവരുമാണ്.

കാമകലാചതുരനായ ഏതൊരു പുരുഷനും ജാതിപ്രമാണം സമയഭേദം, വേഗപ്രമാണം, സ്വഭാവഭേദം, ദേശഭേദം എന്നിവ നന്നായി ഗ്രഹിച്ചു സുരതത്തിനാൽ നായികമാരെ രമിപ്പിച്ചാൽ ആയവൻ സ്ത്രീകൾക്ക് പ്രാണനിൽ പ്രാണനായിടും.

ആറാം സ്ഥലം

സുരതത്തിൽ നാരി തൃപ്തയാകും മുമ്പേ പുരുഷൻ തൃപ്തനായാൽ സംയോഗഫലം ശരിക്കും ലഭിക്കയില്ലെന്നതിനാൽ കാമകലാപ്രവീണരായ ബുധജനങ്ങളാകെ തങ്ങൾക്കു മുമ്പേ തന്നെ നാരിയെ ദ്രവിപ്പിക്കണം.

ജാത്യാദിസാത്മ്യം ഗ്രഹിക്കുവാൻ എളുപ്പം സാധ്യമല്ല. അവയുടെ ലക്ഷണഭേദങ്ങൾ പരസ്പരം കെട്ടുപിണഞ്ഞു പോകാം എന്നതിനാൽ അദൃശ്യമായ രീതിയിൽ അവചെയ്തുകൊള്ളേണ്ടതാണ്. ദമ്പതീസുഖത്തിനായി ഔഷധം വഴിയുള്ള ദ്രവസിദ്ധികൾ കവി പറയുന്നു.

തേനോടു ചേർത്ത് കാട്ടുപീച്ചിൽ പൊടി യോനിയിൽ പുരട്ടിയാൽ ഏതു പുരുഷനും മുമ്പേ തന്നെ സ്ത്രീ പ്രീതയായി ദ്രവിച്ചിടും. ശുദ്ധമായ രസം ജാതീരസത്തിൽ ചേർത്തു നല്ലപോലെ യോനീമധ്യത്തിൽ പ്രയോഗിച്ചാൽ നാരി വേഗം ദ്രവിച്ചിടും. ചിഞ്ചാഫലത്തെ സിന്ദൂര രസം ചേർത്തു പുരട്ടിയാൽ നായകനും മുമ്പേ നാരിവേഗത്തിൽ ദ്രവിച്ചീടും.

കർപ്പുരത്തോടു പൊൻകാരം, രസം എന്നിവ ചേർത്ത് പുരുഷലിംഗത്തിൽ പുരട്ടി പ്രിയയെ ദ്രവിപ്പിച്ചിടാം. അകത്തിഇലച്ചാർ തേനും നെയ്യും പൊൻകാരവും ചേർത്തു പുരുഷലിംഗത്തിൽ പുരട്ടിയിട്ട് പ്രിയയെ ദ്രവിപ്പിക്കാം. പഴയ ശർക്കരയും ചിഞ്ചാഫലവും കോല്പുളിയും ഘോഷരജസ്സും തുല്യമായി തേനിൽ കലർത്തി ഇളക്കി പുരുഷലിംഗത്തിൽ പുരട്ടിയിട്ടാണേൽ നാരി വേഗം തന്നെ ദ്രവിക്കും. കുരുമുളകും കറുത്ത ഉമ്മത്തിൻകായും പാച്ചോറ്റിയും ചേർത്തു തേനിൽ കലർത്തി ലിംഗത്തിൽ പൂരട്ടിയിട്ടാണേൽ വിരക്തയായ നാരിയും ദ്രവിച്ചിടും.

മദജലം ദ്രുതം ഒലിച്ചു പോകയാൽ അകമേ തൃപ്തി കൈവരാതെയാകാം. അതിനാൽ സ്തംഭനവിധി വിധിയാംവണ്ണം പറയുന്നു.

മുക്കുറ്റി വേരു ചതച്ചു പാലിൽ സ്വന്തം പാദത്തിൽ പുരട്ടിയാൽ വൈകാത്തതായ സ്രവണം അപ്പോൾ തുടങ്ങി വൈകിതന്നെ വന്നീടും. കയുമ്പെണ്ണയോ തഴുതാമപ്പൊടിച്ചതോ പാദത്തിൽ പുരട്ടിയാൽ സ്രവണം നിശ്ചയമായും വൈകും. കാകജംഘയുടെ വേരോ വെള്ളത്താമരയല്ലിയോ തേനിൽ ചാലിച്ച് പൊക്കിളിന്റെ മുകളിൽ പുരട്ടിയാൽ സ്രവണത്തിന് സ്തംഭനം ദൃഢമായുണ്ടാകും. വൻകൊന്ന, രസം, കർപ്പൂരം എന്നിവ തുല്യമായി തേനിൽ കുഴച്ചെടുത്ത് നാഭിക്കു മേലേ പുരട്ടുകയാണെങ്കിൽ കാമിക്കു സ്രവണസ്തംഭനം നിശ്ചയം.

പൂയം നക്ഷത്രത്തിൽ പറിച്ചെടുത്ത തൂവെള്ള കോകില വൃഷത്തിൻ വേര് കടീതടത്തിൽ ശരിയായി ബന്ധിക്കുകയാണെങ്കിൽ ബീജത്തിൽ

സ്തംഭനം നിശ്ചയമാണ്. ഏഴിലം പാലക്കായ ഞായർദിനത്തിൽ സ്വന്തം വക്ത്രത്തിൽ ധരിച്ചാൽ ബീജത്തിന്റെ സ്രവണം വളരെ നേരത്തേക്ക് താനേ വരാതെയായിക്കൊള്ളും. വെളുത്തതായ കൊഴിഞ്ഞിലിൽ വേര് എടുത്ത് അരയിലെ നൂലിൽ കൊരുത്തിട്ടാൽ ബീജസ്രവണം വളരെ നേരത്തേക്കു വരാതെയിരുന്നു കൊള്ളും. ഞെട്ടിക്കുഴിമാവിൻ വിത്ത് പേരാലിൻ പാലിലരച്ചു ഉങ്ങിന്റെ വിത്തിന്റെ ഉള്ളിൽ വച്ചു സ്വന്തം മുഖത്തു ധരിച്ചാൽ ഏറെ നേരത്തേയ്ക്കു ബീജസ്രവം താനേ വരാതെയിരിക്കും.

ശക്തിയില്ലായ്മ കാരണം സ്തംഭന വിദ്യകളൊന്നും പ്രയോജനമില്ലാത്തതായി തീരാറുണ്ട്. അതിനാൽ അത്തരം സന്ദർഭങ്ങളിൽ ആരോഗ്യത്തിനായി വാജീകരണകർമ്മങ്ങൾ നടത്തുന്നു.

മുരുക്കിന്റെ വേരു പൊടിച്ച് മുരുക്കിൻ നീരിൽ കുഴച്ചുണക്കി തേൻ, നെയ്യ് ഇവയുമായി ചേർത്ത് നാവുകൊണ്ട് നക്കിയെടുത്താൽ ഒരേ സമയം പത്തു വധുക്കൾക്ക് തൃപ്തി നൽകാനാകും. നെല്ലിക്കയുടെ നീരിൽ നെല്ലിക്കാപൊടി ചാലിച്ച് നെയ്യും തേനും പഞ്ചസാരയും ചേർത്ത് കുഴച്ച് ഉള്ളിൽ കഴിച്ചാൽ ഏതൊരു വൃദ്ധനും അപ്പോൾ ഒരു യോദ്ധാവായി ത്തീർന്നിടും. നെല്ലിക്കായ്, നല്ലഞെരിഞ്ഞൽ, ശതാവരി, കുറുന്തോട്ടി ഊരകം സ്വല്പം ഇടവകം എന്നിവ പാലിലാക്കികുടിക്കുന്നത് ധാതു പുഷ്ടിക്കു നല്ലതാണ്.

പാൽ ചേർത്ത പഞ്ചസാരയിൽ ഉഴുന്നിനെ പുഴുങ്ങിയെടുത്തശേഷം വെയിലത്തുണക്കി വടകമാക്കി നെയ്യ് കൂട്ടിക്കലർത്തി സേവിച്ചിടുകയാണെങ്കിൽ വൃദ്ധനായാലും പ്രബലനായ്ത്തീർന്ന് ഒറ്റയ്ക്കു നൂറു മങ്കമാരെ പ്രാപിച്ചിടാം. ഇരട്ടിമധുരം പൊടിച്ചെടുത്ത് മൂന്നു കഴഞ്ച് തേനും നെയ്യും ചേർത്തു കഴിച്ചാൽ രുചിമധുരതരമാകും. പിന്നെ പശുവിൽ പാലു കുടിക്കുകയാണെങ്കിൽ നൂറോളം കന്യകമാരെ ഉപഭോഗം ചെയ്യാനുള്ള ശക്തികൈവരും. വെള്ള വയൽച്ചുള്ളി വിത്ത് വരിനെല്ലിന്റെ അരിയുമായ് ഓരോ കർഷമായി തേനോടു ചേർത്ത് മെയ്യാകെപ്പെരുക്കാം.

ശതപത്രരസതുല്യം നെയ്യ്, ശതഗുണം പാൽ എന്നിവ ചേർത്ത് അല്പം തിളപ്പിച്ചെടുത്ത് തേനും പഞ്ചസാരയും കൂടിച്ചേർത്തു സേവിച്ചാൽ ദേഹം ബലമേറി ആരോഗ്യപൂർണ്ണമായ് മാറും. മാരണം ചെയ്ത ഇരിമ്പും ത്രിഫലപ്പൊടിയും തേനും ഇരട്ടി മധുരപ്പൊടിയും നെയ്യോടു ചേർത്ത് കുഴച്ച് നക്കിയാൽ ഏതു സ്ത്രീകളും നിഷ്ക്രിയരായ് തല താഴ്ത്തും.

ലിംഗം ലഘുവോ സൂക്ഷ്മമോ, ആവുകിൽ സ്ത്രീകൾക്കു പ്രിയമാവില്ല. അവർ അതിനാൽ തൃപ്തരുമാവില്ല. അവരുടെ പ്രീതിനേടാനും തൃപ്തി കൈവരുത്താനും സ്ഥൂലീകരണമാർഗ്ഗങ്ങൾ പലതുണ്ട്. അവക്രമമായി പറയുന്നു.

ഇടവകം കുറുന്തോട്ടിയും കൊട്ടവും വയമ്പും പിപ്പലിയും അശ്വഗന്ധവും പൊടിച്ചെടുത്ത് കണവീരം ചേർത്ത് വെണ്ണയിൽ കുഴച്ച് സൂക്ഷ്മമായ

ലിംഗത്തിൽ പുരട്ടിനോക്കിയാൽ നിമിഷംകൊണ്ടതു വലുതാകും. ജാതിക്കയും രസം, കന്മദം, കൊട്ടം, കാട്ടുപീച്ചിൽ, പൊൻകാരം എന്നിവയും നന്നായി പൊടിച്ച് എള്ളെണ്ണയിൽ ചേർത്ത് മുന്നേ പുരട്ടിയാൽ ലിംഗത്തിന് വൃദ്ധിയുണ്ടാകും.

ഇന്തുപ്പ്, കൊട്ടം, ഉഴുന്ന്, കുരുമുളക്, തിപ്പലി, യവം, കടുക്, വലിയ കടലാടി, വഴുതിന, യമുക്കുരം എന്നിവ എണ്ണയിലരച്ച് പുരട്ടിയാൽ ലിംഗം, സ്തനം കർണ്ണപാളി ഇവയെല്ലാം വലുതാകന്നത് കൺമുമ്പിൽ കാണാം. ചേക്കുരു, കാരുപ്പ്, അമരിയില എന്നിവ ചുട്ടെടുത്തുള്ള ഭസ്മം ചെറിയ വഴുതിനത്തിന്റെ കായയുടെ നീരിൽ നല്ലവണ്ണം കുഴച്ച് ലേപനം ചെയ്താൽ ഉപസ്ഥം ഉണർന്നെണീറ്റ് ഉയിരാർന്നു നില്ക്കുന്നതു കാണാം. പാച്ചോറ്റി, ധാതു കാസീഡം എന്നിവയ്ക്കൊപ്പം ആനക്കുറുന്തോട്ടി ചേർന്നുള്ള കല്ക്കം കാച്ചിയെടുത്തുള്ള എണ്ണ ലിംഗങ്ങളെ ത്വരിപ്പിക്കും.

പ്രസവം കഴിഞ്ഞ് ഇത്തിരിനാളായ മുഗ്ദ്ധകളായ പ്രൗഢനാരീമാരുടെ ആകെ അയഞ്ഞതായ യോനി യുവാൾക്ക് ആഹ്ലാദദായകമാവുകയില്ല. ആയതിനാൽ യോനിയുടെ സങ്കോചവിധങ്ങളെക്കുറിച്ച് പറയുന്നു.

തണ്ടോടുകൂടിയ തമാരയെ അരച്ചു വടികയാക്കി യോനിയിൽ നിക്ഷേപിച്ചാൽ വൃദ്ധയും അപ്പോൾ കുമാരിയെപ്പോലെയാകും.ദേവതാരം, മഞ്ഞൾ എന്നിവ തുല്യമെടുത്ത് താമരയല്ലി, വരട്ടുമഞ്ഞൾ എന്നിവയോട് ഒന്നിച്ചരച്ചു പുരട്ടിയാൽ യോനിക്കു സങ്കോചം വന്നുചേരും. വയൽച്ചുള്ളിയുടെ വിത്ത് വെള്ളം ചേർത്തരച്ച് യോനിമേലേ പുരട്ടിയാൽ യോനിയാകെ ചുരുങ്ങും.ത്രിഫല ഘാതകീപുഷ്പം ഞാവൽത്തൊലി എന്നിവ തുല്യമെടുത്ത് പാച്ചോറ്റിയും ചേർത്ത് നന്നായി പൊടിയാക്കി തേനിൽകുഴച്ച് യോനിമേലെ പുരട്ടിയാൽ പടുവൃദ്ധയും അപ്പോഴെ കന്യകപോൽ തെളിഞ്ഞിടും. പേരച്ചുവിത്ത്, പാച്ചോറ്റി എന്നിവ ലേപനം ചെയ്താൽ നവപ്രസൂതയും കന്യകയായ് തെളിവേറ്റിടും. തിപ്പലി, മഞ്ഞൾ, വയമ്പ്, മുക്കുരങ്ങൾ, കൊട്ടം, കരിനീലത്താമര എന്നിവ ഒന്നിച്ചരച്ചു പുരട്ടിയാൽ യോനി നന്നേ ചുരുങ്ങിച്ചുരുങ്ങിവരും.

ഇരിപ്പത്തടിയുടെ എണ്ണ നേർത്ത തേനോടു ചേർത്ത് ഉപസ്ഥത്തിൽ നിറച്ചാൽ അതു വേഗം ചുരുങ്ങിടും. കടുകെണ്ണയിൽ പിച്ചിപ്പൂവ് കാച്ചിയെടുത്ത് ഗുഹ്യഭാഗത്ത് പുരട്ടിയാൽ സുഗന്ധോജ്ജ്വല ആയിടും. സുരദാരു. തിലം, വേപ്പ്, താളിമാതളം എന്നിവ അല്ലിത്താമരയിൽ കാച്ചികോരിയെടുത്ത് ഉപസ്ഥത്തിൽ പുരട്ടിയാൽ ഉടൻ എങ്ങും സുഗന്ധമാകും.

കടുതൈലത്തിൽ നാഗചൂർണ്ണം വെയിലത്തുണക്കി ആഴ്ചയൊന്നു കഴിഞ്ഞ് യോനീസ്ഥലത്തു പുരട്ടിയാൽ യോനിയെ ചുറ്റിനിൽക്കുന്ന രോമമാകെ നശിച്ചിടും. വാഴച്ചാറിൽ ശംഖഭസ്മം ഏഴുദിവസം വച്ചിട്ട് പിന്നെ അതു ഹരിതാലത്തോടു ചേർത്തുപുരട്ടിയാൽ യോനിയെ ചുറ്റി നിൽക്കുന്ന രോമം മുഴുവനും നശിച്ചതായി കാണാം. ഹരിതാലവും പ്ലാശിൻ

ഭസ്മവും വാഴനീരോടു ചേർത്ത് ലേപനം ചെയ്താൽ രോമം ഒരുനാളും കിളിർക്കുകയില്ല.

ചെറുപുന്നയിലയും ചെമ്പരത്തിപ്പൂവും നീരിലാക്കി കുടിച്ചാൽ തീണ്ടാരി പിന്നെയും വരും. കുറുന്തോട്ടിയും ദേവതാരവും കറുകപ്പുല്ലും ഒപ്പം നീരിലാക്കിക്കുടിച്ചാൽ തീണ്ടാരി പിന്നെയും വരും.

രസാഞ്ജനം, കടുക്, നെല്ലിക്ക എന്നിവ മൂന്നും തുല്യമായി കുടിച്ചാൽ പുഷ്പാധിക്യം ശമിക്കും. വിളങ്കാവേണുപത്രങ്ങൾ തേനിലാക്കിക്കുടിച്ചാൽ ഏഴുദിവസം കഴിഞ്ഞ് പുഷ്പാധിക്യം ശമിച്ചിടും.

രുഗ്മം, കാഞ്ചനം, താമ്രം എന്നിവയുടെ ഭസ്മസഞ്ചയം തേനിൽ ചേർത്തു കഴിച്ചാൽ ഗർഭാധാനം എളുപ്പത്തിലാകും. നാഗപൂചൂർണ്ണം നെയ്യോടു ചേർത്ത് മൂന്നുദിവസം കഴിച്ചിട്ട് ഭർത്തൃസാമീപ്യമുണ്ടായാൽ ഗർഭധാരണം ഉണ്ടായിടും. അമൃതം, തുവർച്ചിലക്കാരം, അമുക്കുരം എന്നിവ ചേർത്തെടുത്ത കഷായം ഋതു സ്നാന ദിവസം കഴിച്ചിട്ടു പ്രിയനുമായി വേഴ്ചയുണ്ടായാൽ പ്രിയതമ ഗർഭിണിയാകും എന്നതിന് ഒരു സംശയവും ഒരു ഗ്ലാനിയും വേണ്ട.

കണ്ടകാരിച്ചുണ്ട, തിപ്പലി, നാഗകേസരം, ചുക്ക് മുളക് എന്നിവ നന്നായി പൊടിച്ച് ഗോനെയ്യിൽ സേവിച്ചാൽ വന്ധ്യപോലും ഗർഭിണിയാകും. പൂയം നക്ഷത്രത്തിൽ ഭർത്താവ് പറിച്ചെടുത്തു നല്കുന്ന തിരുതാളിയുടെ വേര് പൊടിച്ചെടുത്ത് നെയ്യ് ചേർത്ത് സേവിച്ച് പാൽ കുടിച്ചാൽ നായിക നിശ്ചയമായും ഗർഭവതിയാകും.

മാതളനാരകത്തിന്റെ വേരെടുത്ത് പാലിൽ കുറുക്കി നെയ്യ് ചേർത്ത് മൂന്നു ദിവസം ഋതുകാലത്ത് സേവിച്ചാൽ നാരി ഗർഭിണിയാകും. പൂയം നക്ഷത്രത്തിൽ പറിച്ചെടുത്ത അല്പം വെൺകുറുന്തോട്ടി വേരും അത്രയ്ക്ക് ഇരട്ടി മധുരച്ചൂർണ്ണവും ശർക്കരയും കൂടിചേർത്ത് (കിടാവിനൊപ്പം കഴിഞ്ഞിടുന്ന ഗോവിനെ മെല്ലെകറന്നെടുത്ത) പാലിൽ കലക്കി കടിച്ചിട്ട് ഭർത്തസംയോഗം ഉണ്ടായാൽ നിശ്ചയമായും നാരി ഗർഭം ധരിച്ചിടും.

കുശവന്റെ കൈയിലെ ചെളി ആടിന്റെ പാലുചേർത്തു ഉടനേ കുടിച്ചാൽ ഗർഭം പൂർണ്ണമായും അപ്പോൾ സ്തംഭിച്ചുപോകും. നെല്ലി, പച്ചോറ്റി, ഇരട്ടിമധുരം എന്നിവ നന്നായിപൊടിച്ചെടുത്ത ചൂർണ്ണം രാവിലെ പാലിൽ കലക്കിക്കുടിച്ചാൽ ഗർഭം സ്തംഭിക്കുമെന്നതു തീർച്ചതന്നെ.ചെന്താമരക്കിഴങ്ങിനോട് പാലും തേനും നെയ്യും ചേർത്തു ചൂടാക്കിയും തണുപ്പിച്ചും എഴുനാൾ കുടിച്ചാൽ ഗർഭസ്രവം, ഛർദ്ദി,ശൂലം എന്നിവ നിലയ്ക്കും.

ഇരട്ടിമധുരവും അതിനുതുല്യം മാതളനാരകവേരും സമമായി പൊടിച്ച് നെയ്യ് തേൻ ഇവ ചേർത്ത് ക്രമമായി കഴിച്ചാൽ പ്രസവം ശരിക്കും സുഖപ്രദമായീടും. തികവെഴുന്ന ഗൃഹധൂമം തിളച്ച വെള്ളത്തിൽ കുടിച്ചാലും കാമിനി സമയമാകുമ്പോൾ സുഖമായിത്തന്നെപ്രസവിക്കും. രവിവാരത്തിൽ പറിച്ചെടുത്ത വിശിഷ്ടമായുള്ള കുന്നിവേര് കടിയിലും മൂർദ്ധാവിലും നീലച്ചരടിനാൽ തന്നെ

ബന്ധിക്കുകയാണെങ്കിൽ കാമിനിയാൾ സമയമാകുമ്പോൾ സുഖമായിത്തന്നെ പ്രസവിക്കും. 'മോം മൻമഥ' എന്നു മന്ത്രംചൊല്ലി ജലം മങ്കയാൾക്കു കുടിക്കാൻ നല്കിയാൽ ആ മന്ത്രശക്തികൊണ്ടു തന്നെ അവൾ ആമോദം പൂണ്ട് പ്രസവിച്ചിടും.

ത്രൈഹായനഗുളം പതിനഞ്ചുനാൾ ഓരോ ഗുളമായി പരിശുദ്ധിയോടെ കഴിക്കുകയാണെങ്കിൽ പ്രസവമെന്നുള്ളത് ഉണ്ടാവില്ല തന്നെ. ഉമി തീരെയകറ്റാത്ത യവം കഴുകിയ കാടിയിൽ മുഞ്ഞവേരു കഷായം ഋതുസ്നാനാന്തരം മൂന്നു ദിവസം കുടിച്ചാൽ മങ്കയാൾ വന്ധ്യയാകും. നല്ല ചെന്താമരവിത്ത് അരപ്പലമരിക്കാടിയോടു ചേർത്ത് ഋതുകാലദിനങ്ങളിൽ ഏഴുദിവസം കുടിച്ചാൽ തീർച്ചയായും ഏതു സ്ത്രീയും വന്ധ്യയായിത്തീരും എന്നതിന് യാതൊരു സംശയവും വേണ്ട.

ഗോമൂത്രത്തിൽ തിലപുഷ്പം, ഞെരിഞ്ഞിൽ എന്നി വ ചേർത്ത് ഏഴു ദിവസം പുരട്ടിയാൽ സുകേശിനിയായിടും. ദന്തി, പാച്ചോറ്റി എന്നിവയുടെ വേരുകൾ കൊണ്ടു തയ്യാറാക്കിയ കൽക്കത്തിൽ നല്ലെണ്ണ കാച്ചി എടുത്തു പുരട്ടിയാൽ കാർകഴൽ നീളെ വളർന്നു കേറും. കുന്നിക്കുരുവിന്റെ പൊടി തേനിൽക്കുഴച്ചു ശിരസ്സിലാകെ നേരെ പുരട്ടിയാൽ തലയിൽ നിന്നും ഒറ്റമുടിയും പറ്റെ കൊഴിഞ്ഞുപോവുകയില്ല. നേർമയായി പൊടിച്ച ദന്തഭസ്മം തലയിൽ ചന്തത്തിൽ പുരട്ടിയാൽ തലയിൽ നിന്നും ഒറ്റമുടിയും കൊഴിഞ്ഞുപോവുകയില്ല.

ത്രിഫല, മാമ്പൂവ്, പിണ്ഡാരകം പാണ്ഡവവൃക്ഷത്തൊലി എന്നിവയുടെ കൽക്കത്തിൽ എണ്ണ കാച്ചിയെടുക്കുന്ന നീലത്തൈലം നല്ലപോലെ പുരട്ടിയാൽ തലമുടി അഴകോടെ നിബിഡമായി കറുത്തുവരും. അരയന്നത്തിന്റ ചിറകായാലും പൂർണ്ണമായും കറുകറുപ്പായി തീരും. അരിതാരവും ഇന്തുപ്പും കുറുണിയും സമാസമംചേർത്തരച്ചു മുടിയാകെ പുരട്ടിയാൽ പിന്നെ ഒരൊറ്റമുടിയും വെളുക്കുകയില്ലെന്നു തീർച്ച. ഒരു മാസം നിത്യവും വേപ്പെണ്ണ കുടിച്ചാൽ നരയാർന്ന രോമങ്ങൾ കരിവണ്ടുകൾ പോലെയാകും. ഗോരോചനം, മണിത്തക്കാളി, എള്ള്, കൃഷ്ണം, ശതാവരി എന്നിവ ചേർത്ത് കൃത്യമായി ശിരസ്സിൽ പുരട്ടിയാൽ മുടി വേഗം കറുക്കും എന്നതു സത്യം.

ചതുരക്കള്ളിയുടെ പാലിൽ കാച്ചിയ എള്ളെണ്ണ ചേർത്ത് പുരട്ടിയാൽ മുടിയാകെ നിറംമാറി സ്ഫടികം പോലെയായിടും. ചതുരക്കള്ളിയുടെ പാലിൽ നെല്ലിക്ക തിളപ്പിച്ച് തേച്ചുകളിച്ചാൽ മുടിയാകെയും പോയിടും.

വയമ്പും പാച്ചോറ്റിയും ഉണക്കകൊത്തമല്ലിയും സമാസമം അരച്ചു മുഖമാകെ തേയ്ക്കുകയാണെങ്കിൽ 'കുരു' പോയിടും. ഇലവിൻമുള്ള്, പാലിൽ ചേർത്തരച്ചിട്ടു പുരട്ടിയാൽ മുഖക്കുരു പൂർണ്ണമായും മുഖത്തുനിന്നും ഇല്ലാതാകും. വയമ്പ്, ഇന്തുപ്പ്, പാച്ചോറ്റി ഇവ ചേർത്തുപുരട്ടിയാൽ മുഖത്തുനിന്നും മുഖക്കുരു എല്ലാം ഒഴിവാകും. കരിഞ്ചീരകം, വെള്ളജീരകം, കടുക്, എള്ള് എന്നിവ പാലിൽ നന്നായരച്ച് ഏഴുദിവസം വച്ചിട്ട് പിന്നീട് മുഖത്തു പുരട്ടിയാൽ മുഖപങ്കജം ചന്ദ്രപ്രഭാമയമാകും. മരമഞ്ഞൾ, ചെറുചീര, കാപ്പി എന്നിവ ഒരു

പോലെ വാഴനീരിൽ അരച്ച് ഒരാഴ്ച പുരട്ടിയാൽ മുഖത്തിലെ കറുപ്പ് പാടെ പോയി മുഖം ശോഭയാർന്നിടും.

അമുക്കുരം, കണവീരം, ഇലവർങ്ങം, വയമ്പ്, കൊട്ടം, തിപ്പലിഎന്നിവ പാകത്തിൽ വെണ്ണയിൽ ചേർത്തു മാറിടത്തിൽ അഴകോടെ പുരട്ടിയാൽ കുചങ്ങൾക്ക് വളർച്ചയുണ്ടാകും. പെരുമ്പാമ്പിൻ നെയ്യ്, ലന്തപ്പരിപ്പ്, കണവീരം എന്നിവ ചേർത്തു ഉപയോഗിച്ചാൽ സ്തനങ്ങൾക്ക് വലിപ്പമുണ്ടാകും. മൂവില നീരു കലക്കി കാച്ചിയ തൈലംപുരട്ടിയാൽ വീണുപോയ മുലകൾക്കും വേഗം ഉയർച്ചയുണ്ടാകും.

ചിറ്റേലത്തിന്റെ കല്ക്കമിട്ടു കാച്ചിയതായ കടു തൈലം സ്തനങ്ങളെ സത്യമായും തടിപ്പിക്കുന്നു. എള്ളെണ്ണയിൽ പശുവിൻ നെയ്യ്, എരിക്കിൻ പാൽ, നറുനീണ്ടി, കുറുന്തോട്ടി, ചുക്ക്, തിപ്പലി, മുക്കുറ്റി, മഞ്ഞൾ, മരമഞ്ഞൾ എന്നിവയെല്ലാം ചേർത്തുള്ള കല്ക്കം ചൂടാക്കി ഇളക്കി മാറിൽ പുരട്ടിയാൽ കുചങ്ങൾക്ക് വലിപ്പമുണ്ടാകും. എള്ളെണ്ണയിൽ പശുവിൻ നെയ്യ്, എരിക്കിൻ പാൽ, നറുനീണ്ടി, കുറുന്തോട്ടി, ചുക്ക്, തിപ്പലി, മുക്കുറ്റി, മഞ്ഞൾ, മര മഞ്ഞൾ എന്നിവയെല്ലാം ചേർത്തുള്ള കല്ക്കം അരിക്കാടി വെള്ളത്തോടൊപ്പം കുടിച്ചാൽ മുലവീഴും എന്ന ശങ്കക്ക് സ്ഥാനമുണ്ടാവില്ല.

ഏഴാം സ്ഥലം

പ്രീതിയുണ്ടാക്കുന്നതിനായുള്ള വശീകരണത്തിന്റെ മോഹനമായ വിധികളിൽ സാരമായുള്ളവ സംക്ഷിപ്തമായി പ്രതിപാദിക്കുന്നു.

മുക്കുറ്റി, നെയ്യ്, ഇരട്ടിമധുരം എന്നിവ തുല്യഅളവിൽ ചേർത്തരച്ചെടുത്ത് പൊട്ടുതൊട്ടുവരുന്നവൻ ആരായാലും അയാൾ സർവ്വത്തെയും ഹരിച്ചിടും. വാത്സ്യായനൻ പറഞ്ഞിട്ടുള്ള ഈ യോഗത്തെ ഉത്തമം എന്നാണ് വാഴ്ത്തുന്നത്. വെള്ളെരിക്കിൻ വേര്, വയമ്പ്, മുത്തങ്ങ എന്നിവ ആർത്തവരക്തവുമായി ചേർത്ത് പൊട്ടുതൊടുകയാണെങ്കിൽ സർവ്വലോകങ്ങളും കാല്കീഴിൽ ആകും. തിപ്പലി, പാല, തകര, കണ, തൃച്ഛട എന്നിവ കൂട്ടിച്ചേർത്ത് പഞ്ചവിധങ്ങളാകുന്ന മലത്തോടു സഞ്ചയിപ്പിച്ച് തേനിൽ തിലകമുണ്ടാക്കി സ്വന്തം നെറ്റിയിൽ സ്വയം ധരിച്ചാൽ ലോകം മുഴുവൻ അയാൾക്ക് വശപ്പെടും എന്നത് സത്യമാണ്. സ്വന്തം ആർത്തവരക്തത്തിൽ അല്പം ഗോരോചനം പുരട്ടി നെറ്റിയിൽ പൊട്ടുതൊട്ടാൽ ഭർത്താവ് നിശ്ചയമായും വശീകൃതനാകും. അഷ്ടമിനാളിൽ ശ്മശാന ഭൂമിയിൽ മർത്ത്യമസ്തകത്തിൽ കണ്ടിടുന്ന കഞ്ജളം കണ്ണിൽ പുരട്ടിയാൽ ലോകം ഉടൻതന്നെ വശത്താകും.

താമരയല്ലി, കറ്റാർവാഴ, ഗോരോചനം, മനയോല എന്നിവചേർത്തുള്ള അഞ്ജനം കൺകളിൽ ചാർത്തിയാൽ എല്ലാറ്റിനേയും മോഹിപ്പിച്ചിടും എന്ന തിൽ ഒരു സംശയവുമില്ല. താലീസപത്രം, തകര, കൊട്ടം എന്നിവ അരച്ചെടുത്ത് പട്ടുതിരിയിൽ ലേപനംചെയ്ത് ഉടൻ ദൃഷ്ടിയിൽ എഴുതുമ്പോൾ മുമ്പിൽ കാണുന്ന ഏതൊരുമർത്യനും അവളുടെ ദാസനാകും. മനയോല, താമര യല്ലി, ഞാഴൽ, ഗോരോചനം എന്നിവ ചേർത്ത് തയ്യാറാക്കിയ അഞ്ജനം പുഷ്യാർക്കയോഗത്തിൽ ദമ്പതിമാർ ധരിച്ചീടുമെങ്കിൽ അവരുടെ മോഹനശക്തി

എന്നും നിലനിൽക്കുന്നതാകും. കാകജംഘം, രുദ്രാക്ഷം,ചുംബകം, കാന്തം, ഉൽപലം, കൊട്ടം, തകരവേര്, എന്നിവയുടെ ചൂർണ്ണം എപ്പോഴും അണിയുന്നത് മോഹനമാണ്. ചുഴലിക്കാറ്റിൽവീണദലങ്ങൾ, ശവമാല്യം എന്നിവയും വണ്ടിൻ ചിറകുകൾ ചേർത്തുണ്ടാക്കുന്ന ചൂർണ്ണവും ശിരസ്സിൽ ചാർത്തിടുമ്പോൾ വശ്യമായി ഭവിക്കും. ഏഴിലംപാല, രുദ്രാക്ഷം എന്നിവ തുല്യമായി തേനിൽചേർത്ത് ശിരസ്സിൽ ധരിക്കുന്നവൻ നിശ്ചയമായും മോഹിതനാകും.

കരിങ്കുയിലിന്റെ ഉദരത്തിന്നകം എടുത്തുമാറ്റി ശുദ്ധീകരിച്ച് അതിനകത്ത് തന്റെ രേതസ്സകൊണ്ട് നിറച്ചുവച്ചശേഷം അടുപ്പിൽവച്ച് ഏഴു ദിവസം വരെ നല്ലവണ്ണം ദഹിപ്പിച്ചിടുക. അതു വടികയാക്കി ഭക്ഷണത്തോടൊപ്പം കഴിക്കണം. അതു ശരിക്കും ദമ്പതിമാർക്കുള്ള വടിക എന്നു പ്രസിദ്ധം.

രതിക്രീഡാവസാനം ഏവനാണോ തന്റെ ദ്രവം ഇടതുകൈകൊണ്ടെടുത്ത് സ്ത്രീയുടെ ഇടതുപാദത്തിൽ ഹിതത്തോടെ വയ്ക്കുന്നത് അവന് അവൾ നിത്യവും വശപ്പെട്ടവളായിമാറുന്നതാണ്. രതിക്രീഡാവസാനം ഏവളാണോ തന്റെ പ്രിയന്റെ ലിംഗത്തിനെ ഇടതുകാലുകൊണ്ട് സ്പർശനചെയ്യുന്നത് അവൾക്ക് അവൻ ദാസനായിടും. സിന്ദൂരം, ഇരട്ടി മധുരം ഇവ തുല്യമായി ചേർത്തു ലിംഗമാകെയും പുരട്ടിക്കൊണ്ട് സംഭോഗം ചെയ്യുകയാണെങ്കിൽ എന്നും നായികഭർത്തൃഹിതത്തിനു വശംവദയായിടും. മുത്തങ്ങ, , ഭല്ലൂകം, ആമ്രേഡം, തേൻ എന്നിവ നല്ലവണ്ണം അരച്ചു ലിംഗത്തിൽ പൂശി സംഭോഗംചെയ്യുകയാണെങ്കിൽ നായിക എന്നും നായകഹിതത്തിനു വശംവദയായിടും. ഗോരോചനം, രസം, ഉമ്മത്തു, കർപ്പൂരം, ചന്ദനം ഇവയുടെകൂട്ട് പുരട്ടിക്കൊണ്ട് സംഭോഗം ചെയ്യുകയാണെങ്കിൽ നായിക എന്നും നായകന്റെ ഇംഗിതത്തിനു വശംവദയായിടും.

മുത്തങ്ങ, ചന്ദനം, കാരകിൽ, കുങ്കുമം, കൊട്ടം, പൂവ്, എന്നിവ അരച്ചെടുത്ത് ഉണ്ടാക്കുന്ന 'ചിന്താമണി' എന്ന ധൂപം സർവ്വാർത്ഥസാധകമാണ്. ചന്ദനം, ആക്കീരക്കല്ല്, ഏലം, ചെഞ്ചല്യം, ശൃംഗി, മഞ്ഞൾ, വയമ്പ് എന്നിവകൊണ്ട് വിശ്വവിമോഹനമായ ധൂപംതയ്യാറാക്കാം.

കടമ്പിൻ പൂക്കളോ പ്ലാശിൻ പൂക്കളോ നിവേദിക്കുന്നതോടൊപ്പം പതിനായിരം തവണ 'ഓം ക്ലീം കാമേശ്വരാനയ നയ വശതാം ഓം ക്ലീം നമ' എന്നു മന്ത്രം ചൊല്ലിയാൽ ശുദ്ധികൈവരും. എന്നിട്ട് ആയിരം തവണ ഹോമം ചെയ്യുകയാണെങ്കിൽ മന്ത്രസിദ്ധി തീർച്ചയായും വരും എന്ന് ജ്ഞാനികൾ പറയുന്നു. പ്ലാശിൻപൂക്കൾ നിവേദിച്ചുകൊണ്ട് 'ഓം ചാമുണ്ഡേമോഹയാഥ വശതാംനയ ചാമു കിം സ്വാഹ' എന്ന മന്ത്രം ലക്ഷം തവണ ജപം ചെയ്യുകയോ ഹോമം ചെയ്യുകയോ ഹിതകരമാണ്. സർവ്വ സിദ്ധിപ്രദമായ ഈ മന്ത്രം ഏഴുതവണ ചൊല്ലിയിട്ട് കുസുമങ്ങൾ കൊടുത്താൽ ഏതു പത്മിനിസ്ത്രീയും വശപ്പെടും.

ജാതിക്ക പൊടിയാക്കിയിട്ട് കദളിവേര് ജലത്തിൽ ചാലിച്ചുണക്കിയിട്ട്

'ഓം വിഹംഗമ ഓം വിഹംഗമ കാമദേവായ തസ്മൈച സ്വാഹ' എന്ന മന്ത്രത്തിനാൽ ശുദ്ധിവരുത്തി ഞായാറാഴ്ച ദിനം തന്നെ ചിത്രിണീ സ്ത്രീക്കു കൊടുത്താൽ അവൾ വശഗയായിടും എന്നതിനു സംശയം വേണ്ട.

പൂർവ്വസൂരികളാൽ ഏറെ വാഴ്ത്തപ്പെട്ട ഇരുപാദത്തോടുകൂടിയ 'ഓം മോഹന ഓം സ്വാഹ' എന്ന മഹാമന്ത്രം ജപിച്ചുകൊണ്ട് പേരീന്ത, തകരവേര് എന്നിവ നല്കിയാൽ ശംഖിനി സ്ത്രീ വശപ്പെടും എന്നത് സത്യമാണ്. മുനീശ്വരന്മാരാൽ പറയപ്പെട്ട 'ഓംഹരഹര കാമദേവായ തസ്മൈ സ്വാഹാ' എന്ന മഹാമന്ത്രം വിശുദ്ധിയോടെ ഉച്ചരിച്ചിട്ടു കപോതപിഞ്ഛരത്തെ തേനിലരച്ചു കൊടുത്താൽ ഹസ്തിനി നിശ്ചയ മായും വശമാകുമെന്ന് സിദ്ധർ പറയുന്നു.

രാഗവതികളായ നാരീജനങ്ങൾക്കു പ്രീതി ജനകമായിട്ടുള്ള അംഗരാഗാ ദിവിധികൾ പറഞ്ഞു കാണുന്നു.

ചന്ദനം, രാമച്ചം, മാവിൻതോൽ, കൊട്ടം, പാച്ചോറ്റിത്തോട്, കടുക്കത്തോട് എന്നിവ പൊടിച്ചു മോദമോടെ പുരട്ടി സ്വേദ ദുർഗന്ധം അകറ്റിടാം. ആര്യവേപ്പിന്നില, പാച്ചോറ്റി. മാവിൻപട്ട, മാതളത്തിൻപട്ട എന്നിവ കൊണ്ടുള്ള ലേപനം ദുർഗന്ധ നാശകരമാണ്. കോല്പുളി, ഉങ്ങിൻവിത്ത്, കടുക്ക, കൂവ ളവേര് എന്നിവ ചതച്ചെടുത്ത ലേപനം കക്ഷത്തിലെ ദുർഗന്ധം പൂർണ്ണമായും ഇല്ലായ്മ ചെയ്യും. നാഗപ്പൂവ്, അകിൽ, രാമച്ചം, ചന്ദനം, മുത്തങ്ങ, ലന്തക്കുരു ഇവകൊണ്ടുള്ള ലേപനത്താൽ വിയർപ്പിന്റെ ദുർഗന്ധം അല്പവും ശേഷിക്കാതെ അകന്നിടുന്നു. എരുക്, പീലുതരത്തിന്റെ പൂവ്, ഞാവൽപ്പഴം എന്നിവയാൽ ഉണ്ടാക്കുന്ന ലേപനത്താൽ വേനൽകാലത്തെ വിയർപ്പഗന്ധം ശമിപ്പിച്ചിടാം. ഇളതായ വേപ്പിന്റെ ഇല, പാച്ചോറ്റി, ഇളതായ താളി, മാതളത്തിന്റെ പട്ട എന്നി വയാൽ തയ്യാറാക്കപ്പെട്ട ലേപനത്താൽ വേനൽക്കാല വിയർപ്പിന്റെ ഗന്ധം ശമിപ്പിക്കാം. നാഗകേസരം, പാച്ചോറ്റി, നെന്മേനിവാക, രാമച്ചം എന്നിവയാലുള്ള ലേപനത്താൽ ഗ്രീഷ്മകാലത്തെ വിയർപ്പിൻ ഗന്ധം അകറ്റാം.

കൂവളത്തിന്റെ ഇല, തുളസിപ്പൂവ്, കൈതപ്പൂവ്, അശോകപൂവ് എന്നിവ എണ്ണയിലിട്ട് കാച്ചി അതിൽ പൂക്കൾ നിറച്ചു തയ്യാറാക്കുന്ന മഹാതൈലം വനിതകൾക്ക് പ്രിയംകരമാണ്.

ഏലത്തരി, മുത്തങ്ങ, നാഗുണം മാഞ്ചി, നാഗപ്പൂവ്, കർപ്പൂരപത്രം ഇവകൊണ്ട് നന്നായി കുളിച്ചാൽ തലമുടിക്ക് നല്ലഭംഗിയും സുഗന്ധവും ഉണ്ടാകും. മുത്തങ്ങ, നാഗപ്പൂ, രാമച്ചം, പഥ്യം, മാഞ്ചി ഇവ ചേർത്തു തയ്യാർ ചെയ്ത ലേപനം ഉപയോഗിച്ച് മുങ്ങിക്കുളിച്ചാൽ തലമുടിക്ക് ഭംഗിയും സുഗന്ധവും ഉണ്ടാകും. ചന്ദനം, ഏലം, മുരിങ്ങ, കച്ചോലം, മുത്തങ്ങ, കൊട്ടം, ഇരുവേലി, പഥ്യം എന്നിവകൊണ്ടുള്ള സുഗന്ധിയായ ലേപനം ശ്രീകാമവല്ലഭ എന്നറിയുന്നു. കർപ്പൂരം, കുങ്കുമം, പാച്ചോറ്റി, തുണിയാങ്കം, ഇരുവേലി, മുത്തങ്ങ, രാമച്ചം എന്നിവകൊണ്ടുണ്ടാക്കുന്ന മിശ്രിതം അതി മഹത്തായ സുഗന്ധലേപനമാണ്. പച്ചില, ഇരുവേലി, കാരകിൽ, രാമച്ചം, ചന്ദനം ഇവ ചേർത്തു തയ്യാറാക്കുന്ന ലേപം ശരീരത്തിനാകെ ഭംഗിയും ഗന്ധ

സൗഭാഗ്യവും നല്കുന്നു.

നാഗപ്പൂ, കസ്തൂരി, ചേലേയം, ചന്ദനം. മുത്തങ്ങ, തിരുവട്ടപ്പശ,കർപ്പൂരം, ജാതിക്ക, ഗുല്ഗുവൂ, പച്ചപ്പുഴുക് എന്നിവ നല്ലവണ്ണം വെറ്റിലനീരിൽ ചേർത്ത് ചാലിച്ചെടുക്കുന്ന ലേപനം നിശ്ചയമായും 'രാജയോഗ്യം' തന്നെ. ഒരു ഭാഗം മുത്തങ്ങ, നാലുഭാഗം കടുക്ക, ഈരണ്ടുഭാഗം തുണിയാങ്കവും കർപ്പൂരവും, അഞ്ചുഭാഗം ചേലേയം, ഒൻപതുഭാഗം നാഗുണം എന്നിവ ചേർത്തുള്ള ലേപം 'കസ്തൂരിദുളം'എന്നറിയുന്നു.

കടുക്ക, നാഗുണം, കാഞ്ചി, രാമച്ചം, മാംസരോഹിണി, ഉങ്ങ്, മുത്തങ്ങ എന്നിവ ഓരോ ഭാഗവും നാഗപ്പൂ, ഇരുവേലി എന്നിവ ഈ രണ്ടുഭാഗവും, കർപ്പൂരം, അകിൽ, കസ്തൂരി എന്നിവ മുമ്മൂന്നു ഭാഗവും ചേർത്തു തയ്യാറാക്കുന്ന ലേപത്തിന് 'സൗരഭദ്യഗർഭ'മെന്നാണ് പേര്. മറ്റുള്ളവർക്കു ദുർലഭമായ ഈ ലേപം രാജയോഗ്യം തന്നെയാണ്.

എലവങ്ഗം, ജാതിപത്രം, നാഗപ്പൂ, നാഗുണം എന്നിവ മിശ്രണം ചെയ്ത വടിക കൊണ്ട് മുറുക്കിയാൽ വായ് സുഗന്ധോജജ്വലമായിടും.ലന്തപ്പരിപ്പ്, നാഗപ്പൂ, ജാതിക്ക, തുണിയാങ്കം എന്നിവ മിശ്രണം ചെയ്ത വടിക മുഖത്തെ സുഗന്ധോജ്വലമാക്കും. മുരാമാഞ്ചി, കൊട്ടം, നാഗപ്പൂ എന്നിവ ചൂർണ്ണമാക്കി സന്ധ്യതോറും ചവച്ചാൽ അരമാസത്തേയ്ക്ക് വായ കർപ്പൂരഗന്ധിയായിടും. കൊട്ടം, പീനാറിവിത്ത് ഇവ ഒരുമിച്ചു പൊടിച്ച് നെയ്യ്, തേൻ എന്നിവ ചേർത്ത് നാവുകൊണ്ട് നക്കി നോക്കിയാൽ ഗന്ധമാധുരി അത്ഭുതപ്പെടുത്തുമാറ് ഉണ്ടാകും. മാസങ്ങളോളം കൈതപുഷ്പിച്ചെന്ന പോലെ വായമണക്കും. കസ്തൂരിത്തടിയുടെ ക്ഷാരം മാവിലച്ചാറിനൊപ്പം വെയിലത്തിട്ടൂണക്കിയിട്ടു വെറ്റ ചേർത്തു മുറുക്കിയാൽ വായ സുഗന്ധത്താൽ മധുരതരമാകും.

അഷ്ടമസ്ഥലം

വിദ്യ, ശൗര്യം, വിവേകം, ധൈര്യം, വിശുദ്ധി, സ്വധർമ്മപാലനനിഷ്ഠ, ഖ്യാതി, ധനധാന്യമേന്മ എന്നിവ സ്വന്തമായോ കുലപരമായോ അവകാശപ്പെടുന്നവളും ദോഷരഹിതയും, ഗുണസമ്പന്നയും, സ്നിഗ്ദ്ധസുഭഗയും, അനംഗകലാനിപുണയും ആയുള്ള കന്യകയാണ് വിവാഹത്തിന് യോഗ്യയായവൾ.

നീലത്താമരയുടെ പത്രകാന്തിയുള്ളവളും സ്വർണ്ണകാന്തിയെഴുന്നവളും, കാർവണ്ടിൻ നിറമൊത്ത കേശപാശമുള്ളവളും, ഉദയചന്ദ്രബിംബതുല്യം മുഖമുള്ളവളും, മാൻകിടാവിന്റെ നോട്ടത്തിനുതുല്യം നോട്ടമാർന്നവളും, എള്ളിൻപൂവിനു തുല്യം രൂപസാദൃശ്യമാർന്ന നാസിക ഉള്ളവളും, മുല്ലമൊട്ടിനു തുല്യം ദന്തശോഭയാർന്നവളും, തൊണ്ടിപ്പഴം തൊഴുന്ന അധരോഷ്ഠയും, ചക്രാങ്കിതമായ പാദകരതലമാർന്നവളും, കൃശോദരിയും, മിതഭക്ഷണപ്രിയയും, രംഭാസ്തംഭതുല്യം തുംഗമായ ഊരുക്കളുള്ളവളും, തടിച്ചാകർഷകമായശ്രോണീമണ്ഡലമാർന്നവളും, താണപൊക്കിൾ

ച്ചുഴിയാൽ ശോഭിക്കുന്നോളും മദയാനതുല്യം മന്ദഗാമിനിയും, അല്പനിദ്രയും അലസാംഗിയും, സ്വതേ ശാന്തശീലയും, സുകുമാരിയും ആയ കന്യകാരത്ന മായവൾ തന്നെയാണ് വിവാഹജീവിതത്തിന് സർവ്വവിധത്തിലും യോഗ്യ.

ചെമ്പൻമുടിയും കണ്ണുമുള്ളോൾ, ക്രൂരഭാവ, പൊക്കംതീരെക്കുറഞ്ഞവൾ, പൊക്കം നീണ്ടുകവിഞ്ഞവൾ, തടിച്ച ചുണ്ടും ഗളവുമാർന്നവൾ, വായനിറയെ പല്ലുള്ളവൾ, അതിഭാഷണശീല, തുല്യതയില്ലാത്ത മുലകളാൽ വൈകൃതം പൂണ്ടവൾ, ശ്രോണിക്കു ഭാരമില്ലാത്തവൾ, ശീഘ്രഗാമിനി, മുറംപോലെ പരന്ന ചെവിയുള്ളവൾ, പല്ലവം പോലെ കണ്ടിടുന്ന ജിഹ്വാഗ്രമുള്ളവൾ, കോപിഷ്ഠ, രൂക്ഷ,കാഠിന്യംപൂണ്ടവൾ, സർവ്വാംഗം രോമമുള്ളവൾ, മീശയുള്ളവൾ, നിദ്രയിൽതാല്പര്യം കൊള്ളുവോൾ, സദാദുഃഖിത, ചിരിക്കുമ്പോൾചുളിവു ഏറുന്ന കവിളുള്ളോൾ, പെരുവിരൽ കവിഞ്ഞ് നീണ്ടചൂണ്ടാണിവിരലുള്ളവൾ, നടക്കുമ്പോൾ ഭൂമിയെ തൊടാത്തവൾ, മധ്യവിരൽ ഹീനാഗ്രമായവൾ, മല -പക്ഷി - നദി - വൃക്ഷം തുടങ്ങിയപേരുള്ളവൾ, പ്രൗഢ, രാഗിണി, പുരികം നീണ്ടവൾ, സ്ത്രൈണമായ ലജ്ജയില്ലാത്തവൾ, അധികാംഗി, ഹീനാംഗി, എന്നിവർ വിവാഹകാര്യത്തിൽ പരിത്യജിക്കപ്പെടേണ്ടവരാണ്.

വിദ്യ, ശൗര്യം, ധനം എന്നിവകൊണ്ട് ഉജ്ജ്വലിക്കുന്നഗുണനിധി, സൽക്കുല ജാതൻ, കീർത്തിശാലി, ദാനശീലൻ,ദയാനിധി, ഭോഗി, മിതഭാഷി, സ്ഥിരചിത്തൻ, എന്നിവരെ വേണംപുത്രീഭർത്താവാക്കേണ്ടത്. ഇത്തരത്തിലുള്ള ഭർത്താവ് ഉത്തമനെന്ന് വിജ്ഞർ പറയുന്നു.

ദുർവ്യസനങ്ങളുള്ളവൻ, വൃദ്ധൻ, ദയാശൂന്യൻ, ആണും പെണ്ണുമല്ലാത്തവൻ, രോഗി, നീചകുലജാതൻ, ചൂതിൽ തല്പരൻ, സ്നേഹശൂന്യൻ, കടക്കാരൻ, എന്നിങ്ങനെയുള്ള പുരുഷന്മാരെ ബുദ്ധിശാലികൾ സ്വീകരിക്കയില്ല.

അകാലത്തിൽ ആയുർനഷ്ടം, അപഹാസ്യത, നിന്ദ, അർത്ഥനാശം, മോക്ഷഹാനി എന്നിവ പരസ്ത്രീഗമനത്താൽ വന്നുചേരുമെന്ന് നിശ്ചയം. സീത കാരണം രാവണനും, താരകാരണം ബാലിയും, സൈ്വരന്ധ്രികാരണം കീചകനും മരണം പൂകുകയുണ്ടായി. അന്യന്റെ ഭാര്യാസൗന്ദര്യത്തിൽ ഭ്രമിക്കരുത്. അന്യന്റെ ഭാര്യയെ കൈക്കലാക്കാൻ മനസ്സിൽ ആഗ്രഹിക്കുകയും പാടില്ല.

നേത്രപ്രീതി, മനഃസംഗം, സങ്കല്പം, ജാഗരം, ക്ഷീണം, ലജ്ജ, വിമുഖത, ഉന്മാദം, മൂർഛ, മരണം എന്നിങ്ങനെ കാമാവസ്ഥകൾ പത്തുണ്ട്.

പണ്ട് പുരൂരവസ്സെന്നുള്ള രാജാവ് ഉർവശിയെ പ്രതി വിചാരംപൂണ്ടു. ഈ പറയപ്പെട്ട പത്തു കാമാവസ്ഥകളിൽക്കൂടി നിത്യവുംകടന്നുപോയ രാജാവ് പരിക്ഷീണനായി. ജീവരക്ഷയ്ക്കായിട്ടാണ്, കാമത്തിനാൽ അല്ല, രാജാവ് ഉർവശിയെ ചെന്നു പ്രാപിച്ചത്. ഈ വിധമുള്ള അവസരത്തിലേ പരദാരങ്ങളെ ചെന്നു പ്രാപിക്കാവൂ.

കന്ദർപ്പപീഡയാൽ ഉന്മത്തയായി കാന്തനെ പ്രാപിക്കാതെ കാമവതി യായ ഒരു പരനാരിയുടെ കാമിതം വന്നടുക്കുകയാണെങ്കിൽ അവളെ സ്വീകരിക്കുന്നതുകൊണ്ട് തെറ്റില്ലെന്നാണ് വാത്സ്യായനന്റെ മതം. ദ്വിജൻ,

ശ്രോത്രിയൻ, രാജാവ്, മിത്രം, ബന്ധുക്കൾ എന്നിവരുടെ ഭാര്യമാരെ പ്രാപിക്കാതെയിരിക്കണം. കാമമോഹിതനാണെന്നാലും അതു ചെയ്യാതിരിക്കണം. അവർപഞ്ചഭുക്തന്മാരാണെങ്കിൽ അതു ചെയ്യുകയുമാവാം.

കന്യ, പത്നി, സതീരത്നം, അന്യാനുരക്ത, ഉന്മത്ത, ഗർഭിണി, ശിഷ്യ, ഗുരുപത്നി, തപസ്വിനി, മഹാപാപിനി, പതിത, ചെമ്പിച്ചവൾ, കറുത്തവൾ എന്നീ പ്രകാരത്തിൽപ്പെട്ട സ്ത്രീകളെല്ലാം വർജ്ജിക്കപ്പെടേണ്ടവരാണ്. മാലകെട്ടുന്നവൾ, സഖി, വിധവ,ദാസി, ഭിക്ഷുകി, വീടുവീടായി അലയുന്നവൾ, സൈ്വരന്ധ്രി, ബാല,ചാർച്ചക്കാരി, തൈരുകാരി എന്നിവരെ ബുദ്ധിമാൻ ദൂതിമാരായേ നിയോഗിക്കാവു.

വിധവ, ലജ്ജയില്ലാത്തവൾ, കലാകുശലകൾ, സ്ഥൂലാകാരൻ, നപുംസകൻ, കഠോരൻ, പൊക്കമില്ലാത്തവൻ, വൃദ്ധൻ, വിരൂപൻ എന്നിവരുടെ ഭാര്യമാർ, പടിപ്പുരക്കൽ വന്ന് എത്തിനോക്കവെ നിലതെറ്റുന്നവർ, മഹാമാനിനി, മച്ചി, മഹാവിരഹിണി എന്നിവർ വളരെയെളുപ്പത്തിൽ വശപ്പെടുന്നവരാണ്.

അഭിമുഖമായി നോക്കാതിരിക്കുക, ഭൂമിയിൽ കാലുകൾ കൊണ്ട് രേഖ വരയ്ക്കുക, ലജ്ജയാൽ കുനിഞ്ഞുനോക്കുക, ചിരിക്കുക, വേഗംനിവർന്നു നിൽക്കുക, കൈകൾകൊണ്ട് കണ്ണുപൊത്തുക, പതുക്കെ ഉത്തരം പറയുക, കഥകൾ പറയവെ സ്തനങ്ങൾ ഉയർത്തിക്കാട്ടുക, തറപ്പിച്ചുനോക്കി ചിരിച്ചു കൊണ്ടുതന്നെ കുചത്തെ സ്വയം മർദിക്കുക, കോട്ടുവായുംവിട്ടു വിരലുകളാൽ ഞൊട്ടയിടുക, വളരെയുറക്കെ ചുമയ്ക്കുക, ഭുജത്തെ കൈകൊണ്ടു തുടച്ചു നിൽക്കുക, അതിവ്യാജേനതന്നെ ഗൃഹത്തിൽ ചെല്ലുക, വിറയ്ക്കുക, വിയർക്കുക തുടങ്ങിയ സംഗതികളിൽ നിന്നു അനുരാഗത്തിന്റെ സ്ഥിതി അറിഞ്ഞിട്ടുവേഗം തന്നെ സമർത്ഥയായ ദൂതിയെ അവളുടെ സമീപത്തേയ്ക്ക് അയയ്ക്കുക.

കണവനിൽ സ്നേഹമുള്ളവൾ, സുദൃഢ, ഏകഭാര്യ, പ്രേമശൂന്യയായവൾ, പെട്ടെന്ന് ഈർഷ്യകൊള്ളുന്നവൾ, ഏറെ സന്താനഭാഗ്യമുള്ളവൾ, ഗുരുജനഭയമുള്ളവൾ, ധനിക, വിരക്ത, വ്യഭിചാരത്തോടു വെറുപ്പുള്ളവൾ എന്നിങ്ങനെയുള്ള സ്ത്രീകൾ ദുഃഖിതരാണെന്ന് വിവേകശാലികൾ പറയുന്നു.

അഗ്നി, ബ്രാഹ്മണൻ, പൂജ്യന്മാർ എന്നിവരുടെ സമീപത്തും നദി, ദേവാലയം, നാലുമുക്ക്, പരഗൃഹം, ശ്മശാനം കാട്, ദുർഗ്ഗങ്ങൾഎന്നിവയുടെ സമീപങ്ങളിലും പകൽ, സംക്രാന്തി, വാവ്, ഗ്രീഷ്മം, ശരത്, വ്രതകാലം, സന്ധ്യാനേരം എന്നിവ സുരതത്തിന് യോഗ്യമല്ലെന്ന് വിജ്ഞർ പറയുന്നു.

സംഗീതസ്വരനാദത്താൽ സദാ സാന്ദ്രമായതും തെളിയുന്ന ദീപനാളത്താൽ ശുഭ്രമായതും ചിത്രാദികലയാൽ ശോഭിതമായതും, അകിലിൻ ധൂപഗന്ധത്താൽ ശുദ്ധമായതും ആയ ചത്വരത്തിൽ വച്ചുതന്നെ വേണം സുരതക്രിയ ചെയ്യുക.

ഒമ്പതാംസ്ഥലം:

സുരതത്തിനു മുന്നോടിയായി ബുദ്ധിശാലികൾ എല്ലാവരും ഉപഭോഗം നടത്തണം. ഒന്നാമതായുള്ള ഉപഭോഗം ആലിംഗനമാണ്. ആലിംഗനം എട്ടുവിധത്തിലുണ്ട്. വൃക്ഷാധിരൂഢം,തിലതണ്ഡുലം, ലാലാടികം, ജാഘനം, ദുഗ്ദ്ധം, വിദ്ധകം, ഊരൂപഗൂഢം, വല്ലരിവേഷ്ടി എന്നിവ എട്ടുവിധത്തിലുള്ള ആലിംഗനങ്ങളായി സിദ്ധജനം നിർദ്ദേശിക്കുന്നു.

ഒരു പാദത്തിനാൽ നായകന്റെ ചരണ പങ്കജം ആക്രമിച്ചും മറു ചരണത്താൽ നായകന്റെ തുടയുടെ ഭാഗത്തെ ആശ്രയിച്ചും, ഒരു കൈകൊണ്ട് നായകനെ ചുറ്റിയും മറുകൈയാൽ നായകന്റെ തോളിൽപിടിച്ചും മരത്തിലേക്കു കയറുവാൻ ശ്രമിക്കുന്നതുപോലെ നിന്നു നായകനെ ചുംബിക്കുന്ന രീതിയാണ് വൃക്ഷാധിരൂഢം എന്നറിയപ്പെടുന്നത്. പരസ്പരം ഭുജഗുഹ്യാ വിപര്യയം നല്ലവിധം ചെയ്യുന്ന ആശ്ലേഷത്തിനാണ് വിദ്വാന്മാർ 'തിലതണ്ഡൂലം' എന്നു പറയുന്നത്. ലലാടം, കണ്ണ്, കപോലം, മുഖം, ഹൃദയം, ബാഹുക്കൾ എന്നിവയാകെ പരസ്പരമുള്ള, രാഗാതിരേകത്താൽ ഘടിപ്പിക്കുന്നതാണ് 'ലാലാടികം'. ഭർത്താവിന്റെ ശ്രോണിതലത്തിനെ തന്റെ കൈക്കുള്ളിൽ അമർത്തിക്കൊണ്ട് രാഗാധിക്യത്താൽ താനേ അഴിഞ്ഞ വസ്ത്രത്തോടും കേശങ്ങളോടും ആലിംഗനം ചെയ്തു നടത്തുന്ന ചുംബനത്തിനാണ് 'ജാഘനം' എന്നുപറയുന്നത്. കണ്ണുമടച്ചു നിൽക്കുന്ന ഭർത്താവിനെ പിന്നാലെ നിന്നു നായിക കുചങ്ങളാൽ മെല്ലെ ഉരുമ്മുന്ന സമയത്ത് നായികയുടെ കരം ഗ്രഹിച്ച് ശക്തിയായി കെട്ടിപ്പുണരുന്നതാണ്, 'വിദ്ധകം' എന്നറിയുന്നത്. ഉദ്ദാമ കാമവിധേയനായ നായകൻ നായികയുടെ ഊരുദ്വയത്തെ തന്റെ ഊരുദ്വയത്താൽ ഞെരുക്കുന്നതാണ് 'ഊരുപഗൂഢം' എന്നുപറയുന്നത്.

മടിയിലോ തല്പത്തിലോ മുഖത്തോടു മുഖമായി ഇരിക്കുന്ന നായികയെ വികാരപാരവശ്യത്താൽ നായകൻ ദ്രുതമായി ആലിംഗനം ചെയ്തിരിക്കുന്നു. ഒരാൾ മറ്റേയാളിൽ പ്രവേശിക്കും പോലെ പരസ്പരം പുണർന്നു കൊണ്ടിരിക്കുന്ന ഈ ഉപഭോഗത്തിന് 'നീരക്ഷീര'മെന്ന് വിജ്ഞർ പറയുന്നു. ലത വൃക്ഷത്തിനെ എന്നപോലെ നായിക പതിയെ ഗാഢമായി പുൽകികൊണ്ട് അതിമുദുവായ സീൽക്കാരത്തോടെതന്നെ അനുരാഗപൂർവ്വം ചുംബിക്കുന്നതിനെയാണ് 'ലതാവേഷ്ടിതം' എന്നുപറയുന്നത്. ഉപഭോഗ്രത്തിൽ ഏറെ പ്രിയംകരമായത് ഇതാണത്രേ.

മൂർദ്ധാവ്, അധരം, കവിൾത്തടം, കണ്ണുകൾ, നെറ്റി, മുഖാന്തം, സ്തനങ്ങൾ, പിൻകഴുത്ത് എന്നിവിടങ്ങളാണ് ചുംബനം ചെയ്യുവാനുള്ള സ്ഥാനങ്ങൾ.

ഇരു കക്ഷങ്ങൾ, യോനി, നാഭിമൂലം എന്നിവിടങ്ങളിൽ കാമലോലന്മാരായ വിദിത, ലാടദേശീയരായ മനുഷ്യർ ചുംബനം ചെയ്തിടുന്നു. അതാണവരുടെ നാട്ടു നടപ്പ്.

നായികയുടെ മുഖത്തിൽ ബലമായി നായകൻ തന്റെ മുഖം ചേർക്കുമ്പോൾ നായിക കോപോജ്ജ്വലയായി മാറുന്ന രീതിക്ക് 'നിമതാഭിധാനം' എന്നു പറയുന്നു. നായകൻ അധരത്തെ ചുംബിക്കുമ്പോൾ നായിക തിരിച്ചപ്രകാരം ചെയ്യാതിരിക്കുന്ന രീതിക്ക് 'സ്ഫുരിതകം' എന്നു പറയുന്നു. കൈകൊണ്ട് നായകന്റെ കണ്ണുകൾ പൊത്തി കണ്ണുമടച്ചിരിക്കുന്ന

നായിക തന്റെ മുഖത്തോടു ചേർന്നിരിക്കുന്ന നായകന്റെ മുഖാന്തത്തിൽ നാവുകൊണ്ട് ചുംബിച്ചിടുന്ന രീതിക്കാണ് 'ഘട്ടിതം' എന്നുപറയുന്നത്.

പിൻഭാഗത്തുനിന്നുകൊണ്ട് സ്വന്തം കരത്തിനാൽ നായികയുടെ താടിയെ മെല്ലെ പിടിച്ചു നൽകീടുന്ന കാമവേഗാലുള്ള ചുംബനത്തിന് 'തിര്യക്' എന്നുപറയുന്നു. കവിശ്രേഷ്ഠർ പുകഴ്ത്തുന്ന രസകരമായ ചുംബനമാണിത്. മദനാർത്തിയാൽ ലോലയായ നായിക ദന്തത്താൽ കാന്തന്റെ അധരത്തെ ഗ്രഹിക്കവെ കാന്തനും അതു പോലെ അന്നെ കാത്തയുടെ വിറകൊള്ളുന്ന ഓഷ്ഠത്തെ ചുംബനം ചെയ്യുന്ന രീതിക്കാണ് 'ഉത്തരോഷ്ഠം' എന്നു പറയുന്നത്. കരാംഗുലീ സമ്പുടത്താൽ നായകന്റെ ചുണ്ടിനെ ജിഹ്വാഗ്രത്തിൽ നായിക ചേർക്കുന്നതാണ് 'പീഡിതകം' . നായകൻ നായികയുടെ അധരത്തെ ഭുജിക്കുമ്പോൾ നായികയും അതു പോലെ തിരിച്ചും ചെയ്യുന്നുവെങ്കിൽ അതിനെ 'സമ്പുടകം' എന്നു പറയുന്നു.

വൈകിയെത്തിയ ഭർത്താവ് നിദ്രപൂകിയ കാന്തയെ രഹസ്യമായി അവളറിയാതെ ചുംബനം ചെയ്യുന്നതിനെയാണ് 'പ്രീതിബോധം എന്നു ജ്ഞാനികളായ കവികൾ പറയുന്നത്. ഭർത്താവിന്റെ അധരോഷ്ഠങ്ങൾ ജിഹ്വയാൽ നായിക ഗ്രസിക്കവേ' അധരം ചേർത്തു ചുംബിക്കാൻ നായകൻ ശ്രമിക്കുകയാണെങ്കിൽ അതിനെ 'സുമൗഷുസന്തകം' എന്നു പറയുന്നു.

കണ്ഠം, കരങ്ങൾ, തുട, ജഘനം, സ്തനങ്ങൾ, കക്ഷം, പൃഷ്ഠം, ഹൃദയ പാർശ്വങ്ങൾ, കവിൾത്തടം എന്നിവിടങ്ങളിലാണ് നഖഛേദനം ഏകേണ്ടത്. വരയില്ലായ്മ, നൈർമ്മല്യം, ഉജജ്വലത്വം, പ്രവൃദ്ധി, സ്ഫുടം, നേർമ്മയില്ലായ്മ എന്നിങ്ങനെ കാമതന്ത്രത്തിൽ ആറുവിധത്തിൽ നഖക്ഷതം ഉണ്ടെന്ന് ജ്ഞാനികൾ പറയുന്നു. കുചത്തിലും കവിളിലും പിന്നീട്അധരത്തിലും രേഖ തെളിയാതെ തന്നെ രോമാഞ്ചം പെരുകും വിധത്തിൽ ചെയ്തിടുന്ന നഖസംപ്രീതിക്ക് 'ഛരിതം' എന്നു പറയുന്നു.

കഴുത്തിലും കുചത്തിലും വളവാർന്നു കാണുന്ന നഖപ്രയോഗം ചന്ദ്രലേഖയ്ക്കു തുല്യം വിളങ്ങിയാൽ അതിന്റെ നാമമാണ് 'അർദ്ധചന്ദ്രം'. നഖക്ഷതം മുഴുവനായും കാണപ്പെട്ടാൽ അതിന് 'മണ്ഡലകം' എന്നുപറയുന്നു. മൂർദ്ധാവ്, തുട, യോനി, കുചം എന്നിവടങ്ങളിൽ ഇടവിട്ടിടവിട്ട് നൽകപ്പെടുന്ന നഖക്ഷതത്തിനും 'മണ്ഡലകം' എന്നുതന്നെയാണ് പറയുന്നത്. ഇതിന് അഭിജ്ഞന്മാർ രേഖ എന്നാണ് പേരു നൽകിയട്ടുള്ളത്.

പെരുവിരലിന്റെ നഖം കീഴേക്കുവന്ന് അമരുന്ന വിധം അമർത്തിക്കൊണ്ട് കുചങ്ങളിൽ ചെയ്യുന്ന നഖരേഖയ്ക്ക് 'മയൂര പാദം' എന്നുപറയുന്നു. കുചാഗ്രത്തിൽ ചെയ്തീടുന്ന നഖയോഗത്തിന് 'ശശപ്ലുതം' എന്നുപറയുന്നു.

കുചം, പൃഷ്ഠം, യോനി എന്നിവടങ്ങളിൽ ചെയ്യുന്ന 'നഖരേഖാത്രയ' ത്തെക്കുറിച്ച് പറയുന്നു.

സരസിജ ദള രൂപമാർന്നുള്ള നഖരേഖയ്ക്ക് 'ഉൽപ്പലദളം' എന്നു പറയുന്നു. സുരതവേളയിൽ രസജ്ഞരായ നായകന്മാർ ചെയ്യുന്ന നഖക്കുറികൾ ഏറെ സുഖദായകമായകയാൽ ഉത്തമ സ്ത്രീകൾക്ക് എന്നും പ്രിയമാണ്.

ഓഷ്ഠം, അന്തർമുഖം, നേത്രങ്ങൾ ഇവയെ തീർത്തും ഒഴിവാക്കിക്കൊണ്ടു തന്നെ മറ്റുള്ളിടങ്ങളിൽ ദന്തക്ഷതം ആകാം. മന്ദമായ ശീൽക്കാരശബ്ദവും ആകാം. രാഗസ്പൃക്കും ശോഭയാർന്നതുമായിരിക്കുന്ന സ്നിഗ്ദ്ധവും ഇടതൂർന്നതുമായ ദന്തമത്രേ ഏറ്റവും വിശിഷ്ടം. ഇഷ്ടപ്പെട്ട താംബൂല ചർവണത്താൽ വൃത്തിയായും ചുവന്നും, കൂർമ്മമാർന്ന് മിനുപ്പുള്ളതായി ആകെ ഇടതൂർന്നതായും കണ്ടിടുന്ന ദന്തങ്ങളാണത്രേ ഉത്തമവും വിശിഷ്ടവും.

അധരരാഗത്തെ ദന്തങ്ങളാൽ അഴകിൽ ലേഖനം ചെയ്യുന്നതാണ് 'ഗൂഢകം'. അധരത്തിലും കവിൾത്തടത്തിലുമാണ് ദന്തപീഡനമെങ്കിൽ അതിന് 'ഉച്ഛൂനകം' എന്നു പറയുന്നു.

ദന്തോഷ്ഠത്തിന്റെ യോഗ വിശേഷം 'മണിയും' 'പ്രവാള'വുമാണ്. തില പ്രായമായിട്ട്, അധരത്തിൽ നൽകുന്ന ക്ഷതത്തിന് 'ബിന്ദു എന്നു പറയുന്നു. സകല ദന്തവും ഒരുമിച്ചു ചെയ്യുന്ന ക്ഷതത്തിന് 'ബിന്ദുമാലകം' എന്നു പറയുന്നു. കവിൾത്തടം നെറ്റി, കഴുത്ത്, മാറിടം എന്നിവിടങ്ങളിൽ ദന്തങ്ങളാൽ ചെയ്തിടുന്ന ലേഖനത്തിന് 'ഖണ്ഡാഭ്രകം' എന്നുപറയുന്നു.മണ്ഡലാകാരമായ അത് നാരിയെ മഞ്ജുളദൃശ്യയാക്കുന്നു. പ്രിയതമൻ പ്രിയതമയുടെ ശരീരത്തിൽ പകരുന്ന ദന്തക്ഷതങ്ങൾ വിരഹവേളയിൽ സ്മൃതിയുണർത്തും. അതിന് 'കോലചർവം' എന്നാണു പറയുന്നത്.

സ്നിഗ്ദ്ധവും ഇടതൂർന്നതും നന്നേ ചുരുണ്ടതും നീലനിറമാർന്നതും നീണ്ടതുമായ കേശപാശം സ്ത്രീകളെ ചേതോഹാരികളാക്കും. ചുംബനം ചെയ്യുമ്പോൾ പുരുഷന്മാർ അതു മന്ദം മന്ദം ഗ്രഹിക്കേണ്ടതാണ്.

രണ്ടു കൈകൊണ്ട് ചികരങ്ങളെ മന്ദംമന്ദം ഗ്രഹിച്ചശേഷം കാന്തൻ കാമിനിയെ ചുംബിക്കുന്നതിന് 'സമഹസ്തകം' എന്നുപറയുന്നു. ഒറ്റക്കൈയാൽ ചികുരം ഗ്രഹിച്ചിട്ട് ചുംബനം ചെയ്തിടുന്നതിന് 'തരംഗരംഗകം'എന്നുപറയുന്നു. വലത്തേ കൈകൊണ്ട് കുന്തളത്തെ ഗ്രഹിച്ചിട്ട് മദനാർത്തനായി ചുംബനം ചെയ്യുന്നതിന് 'ഭുജവല്ലീകം' എന്നാണ് ജ്ഞാനികൾ പറയുന്നത്. കർണ്ണസ്ഥാനത്തുള്ള കചങ്ങളെ ഗ്രസിച്ചിട്ട് നായികാ നായകന്മാർ ചുംബനം ചെയ്യുന്നതിന് ജ്ഞാനികൾ 'കചഗൃഹം' എന്നാണ് പറയുന്നത്.

പ്രസിദ്ധമായുള്ള ബാഹ്യമായ രതിരീതികൾ ഏകദേശം പറഞ്ഞു കഴിഞ്ഞുവെന്നും ആയതിനാൽ മറ്റുചില കാര്യങ്ങളെക്കുറിച്ച് ചിന്തിക്കാമെന്നും കവി കല്യാണമല്ലൻ പറയുന്നു.

ഇതുവരെയായി ഈ ഗ്രന്ഥത്തിൽ വിശദമാക്കിയ രതോപചാരങ്ങൾ ചെയ്തുകൊണ്ട് വിധി ദ്രവിപ്പിച്ച ഉപസ്ഥമാർന്നുള്ള ദയിതയെ വശത്താക്കി രതികേളീരംഗ ഭൂമിയിൽ വച്ചു സുരതകേളിയിൽ മുഴുകാൻ കവി നിർദ്ദേശിക്കുന്നു.

തുടകളുടെ പ്രസാരണത്താൽ യുവതികൾ വേഗം ദ്രവിക്കുമത്രേ. സുദൃഢയായാലും വേഗത്തിൽ അവർ അയഞ്ഞ മട്ടിലായിത്തീരുന്നു.

സുരതം അഞ്ചുവിധത്തിലാകാമെന്നാണ് അഭിജ്ഞന്മാർ പറയുന്നത്. തിര്യക്ക്, ഉത്താനകം, ആസിതം, സ്ഥിതം, ആനതകം എന്നിവ. ഈ സുതത

കൃത്യങ്ങളുടെ വ്യത്യസ്തതകളും പ്രതിപാദിക്കുന്നു.

ഭർത്താവിന്റെ ചുമലിൽ പാദങ്ങൾ അയത്നമായി വച്ചുകൊണ്ട് മലർന്നു കിടക്കുന്ന നായികയുമായി രമിക്കുന്നതിനാണ് 'സമപാദം'എന്നുപറയുന്നത്. മലർന്നു കിടക്കുന്ന നായികയുടെ ഉപസ്ഥത്തിന്നരികേ ഇരിക്കുന്ന കാന്തൻ തുടകൾ അകറ്റി മാറ്റി രമിച്ചിടുന്നതിന് 'ഉത്താനകബന്ധം' എന്നു പറയുന്നു. ഇത് 'നാഗരം' എന്നുംഅറിയപ്പെടുന്നു. ഒരു കാൽ തറയിലും മറ്റേകാൽ ശിരസ്സിലുമാക്കി ശയിക്കുന്ന കാന്തയുടെ അരികത്തുപോയി രണ്ടു കാലും നിലത്തൂന്നിക്കൊണ്ട് രമിക്കുകയാണെങ്കിൽ അത് ഉത്താനകത്തിന്റെ 'ത്രൈവിക്രമം' എന്ന കരണം.

ശയനം ചെയുന്ന നായിക തന്റെ പാദങ്ങൾ പൊക്കിക്കിടക്കുമ്പോൾ സ്തനങ്ങളെ കൂട്ടിപ്പിടിച്ചുകൊണ്ട് കാന്തൻ രതിക്രീഢ ചെയ്യുകയാണെങ്കിൽ ആ കരണമാണ് 'വ്യോമപദം' എന്നറിയപ്പെടുന്നത്. ഊരു ദേശത്തിനിടയിലൂടെ തറയിൽ കൈകൾ ഊന്നിക്കൊണ്ട് കാന്തൻ രമിക്കുന്നതിനാണ് 'സ്മരചക്രം' എന്നുപറയുന്നത്. നായകന്റെ മാർവിടത്തിൽ തന്റെ പാദങ്ങൾ വച്ചുകൊണ്ട് നായിക കിടക്കുന്ന നേരം നായകൻ ആ പാദ പത്മങ്ങളിൽആലിംഗനത്താൽ രമിക്കുന്നതാണ് 'അവഭാരിതം'. ഉത്താനിതമായ തുടകളുടെ മധ്യഭാഗത്തായി ഇരുന്നുകൊണ്ട് നായകൻ കെട്ടിപ്പുണരുന്ന രതിക്രീഢയ്ക്ക് 'സൌമ്യബന്ധം' എന്നുപറയുന്നു, തുടകളെ വിലങ്ങനെ പൊക്കി വിവൃത യോനിയായി ഇരുന്ന് കാന്തനെ ഭജിച്ചീടുന്നതിനാണ് 'ജൃഭിതാഖ്യം' എന്നുപറയുന്നത്.

ഇടതു ഭാഗത്തെ തുട വലത്തോട്ടും വലതുഭാഗത്തെ തുട ഇടത്തോട്ടും ആക്കി നായികാനായകർ ക്രീഡിക്കുന്നതിനെയാണ് 'വേഷ്ടിക' എന്നുപറയുന്നത്. ഒരു കാൽ ചുമലിൽ വച്ചും മറ്റേകാൽനിലത്തുവച്ചും നായിക ചെയ്തീടുന്ന ക്രീഡയ്ക്ക് 'വേണുഭാരിതം' എന്നുപറയുന്നു. തുടകൾ രണ്ടും ചേർത്തു വച്ചിട്ട് ഉയർത്തിക്കൊണ്ട് നായികയെ അതീവഗാഢമായി ആലിംഗനം ചെയ്യുന്നതിനാണ് 'ഉദ്ഭുഗ്നകം' എന്നുപറയുന്നത്.

ഒരു കാൽ കാന്തന്റെ നെഞ്ചിലും മറ്റേകാൽ കിടക്കയ്ക്കുമേലും വച്ചിരിക്കെ ദയിതൻ ചെയ്യുന്ന ക്രീഡയ്ക്ക് 'വീണിക' എന്നു പറയുന്നു. ഇരു പാർശ്വത്തിലുമായി ശയിക്കുന്ന ഇരുവരിൽ കാന്തൻ ചെയ്തിടുന്ന രതിപ്രയോഗത്തിന് 'സമ്പുടകം' എന്ന് അറിവുള്ളവർ പറയുന്നു. പ്രിയതമയുടെ കാലുകൾ വേഗത്തിൽ പ്രിയതരമായി മടക്കിവെച്ചിട്ട് അതിനുമുകളിൽ നായകൻ ചെയ്തിടുന്ന ക്രീഡയ്ക്ക് 'കർക്കിടം' എന്നു പറയുന്നു കവികൾ.('വീണിക'യും, 'സമ്പുടക'വും 'കർക്കിട' വും തിര്യക് ബന്ധത്തിലാണ് വരുന്നത്)

വിലാസവതിയായ നായിക തന്റെ പ്രിയന്റെ നാഭീ ദേശത്തിലൂടെ ഇരു കാലുകൾ ചറ്റിക്കൊണ്ടുള്ള രതമാണ് 'പ്രോഖ്യ' എന്നറിയപ്പെടുന്നത്. വലതു കാൽ ഇടതുകാലിന്മേലാക്കിയും ഇടതുകാൽ വലതുകാലിന്മേലാക്കിയും ഇരിക്കും വിധത്തിനാണ് ആസനത്തിൽ 'പത്മാസനം' എന്നുപറയുന്നത്.

തന്റെ മുട്ടിന്നിടയ്ക്കൂടെ സ്വന്തം ഭുജങ്ങളെ നായകന്റെ കണ്ഠത്തിൽ ഇട്ടുകൊണ്ടിരിക്കുകിൽ ആ രതിക്രിയക്ക് 'ബന്ധുരതം' എന്നുപറയുന്നു. ഈ

പറഞ്ഞ രീതിപ്രകാരം ഇരുവരും ഇരിക്കുകിൽ ആവിധത്തിലുള്ള രതത്തിന് 'പാണിപാശം' എന്നും പറയാം. നായികയുടെ കാൽ രണ്ടും തന്റെ മുട്ടിന്നിടയ്ക്കാക്കി കണ്ഠത്തിൽ കൈകൾ ഇട്ടാൽ അതിന് 'സംയമനം' എന്നുപറയുന്നു.

മുഖത്തോടു മുഖമായി ബാഹുക്കൾ ചേർത്ത് ജംഘയിൽ ജംഘം എന്നവിധം ക്രീഡിച്ചാൽ അതിന് 'കാർമ്മികം' എന്നും ആ വിധം രമിച്ചീടുമ്പോൾ നായികയുടെ തുടകൾക്കുമേൽ തന്റെ ഊരുക്കൾ വന്നാൽ അതിന് 'പരിവർത്തിതം' എന്നും പറയുന്നു. കാലുകൾ രണ്ടും വളച്ചിട്ട് നായിക ഇരുന്നിടുമ്പോൾ നായകൻ അതുപോലെ എതിരേ ഇരുന്നീടുകിൽ അതിന് ജ്ഞാനികൾ 'യുഗ്മപദം' എന്നാണ് പറയുന്നത്. മുഴംകാലിന്നു മധ്യത്തിലിരുന്ന് 'കടി'യെ വേണ്ടവിധം ചുഴറ്റീടുകയാണെങ്കിൽ അതു തന്നെയാണ് 'വിമർദ്ദനം'.

തൂണിലോ ഭിത്തിയിലോ ചാരിനിൽക്കുന്ന നായികയുടെ കാൽമുട്ടിനെ സ്വന്തം കാൽകൊണ്ട് ചുറ്റി കഴുത്തിൽ പിടിച്ചുകൊണ്ട് ചെയ്യുന്ന ക്രീഡയ്ക്ക് 'ജാനുകൂർപ്പകം' എന്നാണ് ജ്ഞാനികൾ നൽകുന്ന പേര്. ഇതിൽ പറഞ്ഞപ്രകാരം നായികയുടെ മേലിരുന്നാൽ അതിന് 'ഹരിവിശ്രമം' എന്നുപറയുന്നു.

ഭർത്താവ് തന്റെ കണ്ഠ ദേശത്തെ കൈകളാൽ പിടിച്ച് ശ്രോണിയെ തന്റെ തുടയാലേ ചുറ്റിച്ച് അരികിൽ നിൽക്കവേ ചെയ്തിടുന്ന രതമാകുന്നു 'കീർത്തിബന്ധം'. കൈകാലുകൾ നിലത്തൂന്നി പശുവിനെ പോലെ കുനിഞ്ഞുനിൽക്കുന്ന സ്ത്രീയുടെ പിന്നിലായിട്ടു നിന്നുകൊണ്ട് അവളെ ഭജിച്ചീടുന്ന പുരുഷൻ 'ചെയുന്ന ക്രിയ 'ധേനുകം' എന്നു അറിയപ്പെടുന്നു.

ബാഹുക്കളും മുടിയും തലയും താഴേക്കു വരുംവിധം അധോമുഖിയായിത്തന്നെ നിൽക്കുന്ന ഒരു നാരിയെ രതിലോലുപനായിനിന്ന് നായകൻ ക്രീഡ ചെയ്യുന്നതിന് 'ഐഭകരണം' എന്നുപറയുന്നു. ഐണം, സൌകരം, ജാർദ്ദഭം എന്നിങ്ങനെ വേറെയും കരണങ്ങളുണ്ട്. എന്നാൽ അവകളെ അപ്രയോജിതവും നിന്ദ്യവുംഎന്നു കരുതി വിഗണിക്കുന്നുവെന്ന് കവി പറയുന്നു.

നായകന്റെ അശക്തികാരണം കാമപൂർത്തി വരില്ലെന്നറിഞ്ഞ് നായിക ക്രിയ ചെയ്യുന്നതാണ് നാം അറിയുന്ന പുരുഷായിതങ്ങൾ. ശയ്യയിൽ മലർന്നുകിടക്കുന്ന തന്റെ ഭർത്താവിനെ ആലിംഗനംചെയ്തുകൊണ്ട് ശ്രോണിയുടെ ചലനത്താൽ ചെയുന്ന രതികേളിയാണ് 'വിപരീതബന്ധം'. ശയ്യയിൽ കിടക്കുന്ന നായകന്റെ ശരീരത്തിൽ മേൽ കയറിയിരുന്ന് അംഘ്രികൾ രണ്ടും ചലിപ്പിച്ച് കൊണ്ട് ചെയുന്ന രതിക്രിയക്ക് 'ഭ്രമരം' എന്നാണ് പേര്. പ്രേമ വിഭ്രമത്തോടു കൂടി തന്നെ കാമപാരവശ്യത്താൽ നായിക തന്റെ 'കടി'യെ ചുഴറ്റുന്ന രീതിക്കാണ് 'ഉൽക്കലിക' എന്നുപറയുന്നത്.

വിപരീത രതമായ പുരുഷായിതം തകൃതിയിലുള്ള ആടിക്കളിക്കലാണ്. സീൽക്കാര ശബ്ദം ഉതിർത്ത് ചെറുപുഞ്ചിരിയോടുകൂടി ഇരിക്കുന്ന നായിക 'ചതിയ! അങ്ങ് ഇപ്പോഴേ ശരിക്കും തോറ്റുകഴിഞ്ഞുവല്ലോ' എന്നുപറഞ്ഞുകൊണ്ടും ചികുരത്തെ ചുംബനം ചെയ്തുകൊണ്ടും പുരുഷായിതത്തിനാൽ ദ്രവതയെ പ്രാപിച്ച് തൃപ്തികൊള്ളുന്നു.

അയഞ്ഞുപോയ ദേഹമാർന്നവളും അതികഠിനമായി മൂർച്ഛയാർന്ന വളും പകുതിമാത്രം അടഞ്ഞുപോയ നയനമാകുന്ന ഉൽപലമാർന്നവളും അതി ദയനീയയായി കിടക്കുന്നവളും ആയ ഒരുവൾ ദ്രവിച്ചവൾ തന്നെ. കരിണിയാ യവളും, ഹരിണിയായവളും, ഋതുവായവളും, കൃശയായവളും, പ്രസവിച്ചിട്ടേറെ നാളാകാത്തവളും, പ്രസവകാലമടുത്തവളും കുമാരിയായവളും, ജ്വരം ബാധിച്ച വളും, ആയ ഒരുവളെ വിപരീത രതിയ്ക്ക് ഒരിക്കലും ഉപയോഗിക്കരുത്.

കാമയുദ്ധത്തിന് താഡനം ചെയ്യലും സീൽകൃതവും ആകാം. താഡനം നാലുവിധത്തിലും സീൽകൃതം അഞ്ചു വിധത്തിലും ഉണ്ടെന്നു കാണുന്നു. താഡനകന്റെ ഉപഭാഗങ്ങളാണ് താഡനം അഥവാ പ്രഹണനം, മുഷ്ടി, പ്രസൃതകം, സമതലം എന്നിവ. പാർശ്വഭാഗങ്ങളും ഗുഹ്യഭാഗവും 'സമതല' ത്തിനും പൃഷ്ഠം 'മുഷ്ടി'ക്കും മൂർദ്ധാവ് 'പ്രസൃതക'ത്തിനും എന്നിങ്ങനെ യാണ് സ്ഥാനങ്ങൾ.

പുരുഷായിതമായ ക്രീഡയിൽ പ്രിയനായിക പതിയുടെ ഹൃദയത്തിൽ മുഷ്ടിയാൽ നൽകിടുന്ന താഡനത്തിന് 'സന്താനിതം' എന്ന് സൂരികൾ പറ യുന്നു. സുരതത്തിന്റെ വേളയിൽ കൈപ്പടം പൊക്കി നായിക മെല്ലവേ താഡന മേൽപ്പിക്കുന്നു. ഇതിന് 'പാതകം'എന്നുപറയുന്നു. പെരുവിരൽ മധ്യവിരൽ എന്നിവ ചേർത്തു പിടിച്ച് അനുരാഗോജ്ജ്വലമായി ചെയ്തിടുന്ന താഡനത്തെ 'കുണ്ഡലം'എന്നു കവികൾ വാഴ്ത്തുന്നു.

'സീൽകൃതം' അഞ്ചുവിധത്തിലാണ്. ഹിംകൃതം, സ്തനിതം, സൂൽകൃതം, ഉൽകൃതം, ഫൂൽകൃതം എന്നിങ്ങനെ. കണ്ഠത്തിൽ നിന്നെത്തുന്ന 'ഹിം' എന്ന മധുരമായുള്ള ധ്വനിയാണ് 'ഹിംകൃതം'. ഇടിമുഴക്കം തന്നെയാണ് സ്ത നിതം. 'ഇത് 'ഹം' എന്ന ശബ്ദത്തിന്റെ പരിണതിയാണ്. പാമ്പിന്റെ ചീറ്റൽ പോലെയുള്ള ധ്വനിയാണ് 'സൂൽകൃതം.' മഴതുള്ളിയായി പതിച്ചിടുമ്പോഴുള്ള ധ്വനിയാണ് ഫൂൽകൃതം.

ഭോഗത്തിന്നവസാനമാകുമ്പോൾ പ്രാവ്, കുയിൽ, മയിൽ, അരയന്ന പേട, വെള്ളിൽപക്ഷി എന്നിവയുടെ ധ്വനിതങ്ങളാണ് പ്രയോഗിക്കേണ്ടത്. രതിക്രിയയ്ക്കിടയിൽ ഇതു വിധം ശബ്ദങ്ങൾ സുരതത്തിന് മാധുര്യമേറ റുമെന്നതു നിശ്ചയം.

നായകൻ നായികയുടെ അധരത്തെ രുചിക്കുകയാണെങ്കിൽ സുരതത്തിന്റെ സീൽക്കാരം ഇമ്പമോടെ ഉയർന്നിടും.

സപത്നിയോടൊപ്പം തന്നെ സുരതം ചെയ്ത പാടുമായി ഉറക്കത്തിൻ ചടവോടെ കലങ്ങിച്ചുവന്ന കണ്ണോടെ ആരുടെ കണവനാണോ രാവിലെ അടുത്തെത്തുന്നത് അവളത്രേ 'ഖണ്ഡിത' എന്ന നായിക. ശുഭമായ ഗൃഹത്തിൽ മൃദുവായുള്ള ശയ്യയിൽ രാത്രിമുഴുവനും കണവന്റെ മാർഗ്ഗം നോക്കിയിരിക്കുന്നവളെ 'വാസകസജ്ജിക' എന്ന് ജ്ഞാനികൾ പറയുന്നു.

ഭർത്താവ് വീട്ടിൽ വന്നെത്തിച്ചേരുന്ന നേരം ക്രുദ്ധമായ വാക്കുകളാൽ നിരുദ്ധം ചെയ്തിട്ട് ഇത്തിരി നേരം കഴിഞ്ഞ് ദുഃഖിതയായി ഭവിക്കുന്നവളെ

'കലഹാന്തരിക' എന്നാണ് ഉന്നതരായ കവീന്ദ്രർ പറയുന്നത്. മദത്തിനാൽ ഏറെ അലങ്കാരം ചാർത്തി അല്പവും ലജ്ജകൂടാതെ രാത്രിയിലും പരഗൃഹത്തിൽ ചെന്ന് സുരതം തേടുന്നവളാണ് 'അഭിസാരിക'. പ്രിയനെകൊണ്ടുവരാനായി ദൂതിയെ അയച്ച് കാമപരവശയായി പതിവുള്ള സങ്കേതത്തിൽ ചെല്ലുമ്പോൾ അവിടെ പ്രിയനില്ലെന്നറിഞ്ഞ് വിരഹം പൂണ്ട പതിവിഹീനയെ 'വിപ്രലംഭ' എന്നു പറയുന്നു. ദയിതൻ ദൂരത്തു പോയതിനാൽ ഏറെ ദയനീയയായ തമ്പിയുടെ താപമകറ്റുവാൻ ചന്ദനം, താമര, ചന്ദ്രിക എന്നിവയ്ക്കൊന്നും ആവില്ല. ഇങ്ങനെയുള്ളവൾക്ക് 'വിയോഗിനി' എന്നുപറയുന്നു.

ഏതൊരു നാരിയുടെ ഭർത്താവാണോ കാമലീലകളിലൊന്നിലും കാമചപലതയോടെ വീണ്ടും ചേരാതിരിക്കുന്നത്, മുമ്പേ തന്നെ സുരത സൗഖ്യം നേരേ അറിഞ്ഞവളായ ആ സ്ത്രീയെ 'സ്വാധീനപതിക' എന്നു ബുധന്മാർ പറയുന്നു. പലവിധത്തിലുള്ള കുസുമമാലയും പലവിധത്തിലുള്ള ആഭരണങ്ങളുമായി സുരതത്തിൽ അതിതാല്പര്യം തന്നെ കാട്ടി കണവനെക്കാണാഞ്ഞ് അനുരാഗപൂർവ്വം പടിവാതിൽക്കൽ കാത്തു നിൽക്കുന്ന യുവതിയെ 'ഉൽക്കണ്ഠിത' എന്നാണ് പറയുന്നത്.

''ശ്രേഷ്ഠമായ കാമശാസ്ത്രങ്ങളൊക്കെയും നല്ലവിധം ഗ്രഹിച്ച വിദ്വജ്ജനം പലവിധത്തിലുള്ള കാമശാസ്ത്രതത്ത്വങ്ങളെ അതിസൂക്ഷ്മമായിത്തന്നെ ഹൃദിസ്ഥമാക്കി, വിവിധതരത്തിലുള്ള രതി വിനോദങ്ങളാൽ കമനിമാരുടെ ഹൃദയവും കവർന്ന് അവരെയാകവേ ആർദ്രകളാക്കിയും അവികലമായ ജന്മ സാഫല്യം നേടട്ടെ''എന്നാണ് കല്യാണമല്ലൻ കാവ്യസമാപ്തിയിൽ അനുഗ്രഹം ചൊരിയുന്നത്. തുടർന്ന് തന്റെ കാവ്യത്തിന് കാലാതിവർത്തിത്ത്വം ഉണ്ടെന്ന് സൂചിപ്പിക്കുമാറ് കാവ്യാവസാനപദ്യത്തിൽ അദ്ദേഹം പറയുന്നു, ''ശങ്കര മൌലിയിൽ ഗംഗ ഏതു കാലം വരെ ഉണ്ടായിരിക്കുന്നുവോ, പാതി മെയ്യാണെന്ന സത്യമോടെ പാർവ്വതി കൂടെയുണ്ടാകുമോ, ഏതു കാലം വരെ വിഷ്ണുവിൽ ശ്രീലക്ഷ്മി പ്രേമാർദ്രയായി ഇരിക്കുന്നുവോ, ഏതു കാലം വരേയ്ക്ക് വിരിഞ്ചനും സൂര്യനും ചന്ദ്രനും ഉണ്ടാകുന്നത്, ആ കാലം വരേയ്ക്കും എന്റെ ഈ കാവ്യവും ഏവർക്കും ആനന്ദം വർഷിച്ചിടട്ടെ!'' എന്ന്.

❖❖❖

ഭാഗം 2

കാമശാസ്ത്രവും കാമസൂത്രവും

കാമശാസ്ത്ര കൃതികളും അശ്ലീല സാഹിത്യവും

വാത്സ്യായനൻ

വാത്സ്യായനന്റെ ജീവിതകാലത്തെപ്പറ്റി വ്യക്തമായ വിവരങ്ങൾ ലഭ്യമല്ല. എഡി.137-നും 209-നും മധ്യത്തിലാണെന്ന് ശ്യാമശാസ്ത്രിയും, എഡി.100-ാ മാണ്ടിനടുത്താണെന്ന് ഭണ്ഡാർക്കറും, എ.ഡി.നാലാം ശതകത്തിലാണെന്ന് സംസ്കൃത സാഹിത്യചരിത്രകാരനായ കീത്തും അഭിപ്രായപ്പെടുന്നു. വാത്സ്യായനൻ എന്നതു കുടുംബനാമമാണെന്നും യഥാർത്ഥ നാമം പഞ്ചകർണ്ണൻ എന്നാണെന്നും മത ഭേദങ്ങൾ ഉണ്ട്. വാത്സ്യായനൻ, മല്ലനാഗൻ, കൗടില്യൻ, ഭൗമിളൻ, പക്ഷിലസ്വാമിഎന്നിങ്ങനെ പല പേരുകളിൽ അറിയപ്പെടുന്നത് ഒരാൾ തന്നെയാണെന്നും, അദ്ദേഹമാണ് കാമസൂത്ര നിർമ്മാതാവെന്നുമാണ് അഭിധാന ചിന്താമണീകാരനായ ഹേമചന്ദ്രൻ, വൈജയന്തീ കർത്താവായ യാദവപ്രകാശ് എന്നിവരുടെ അഭിപ്രായം. വിഷ്ണുഗുപ്തൻ, വരരുചി, മേയജിത്ത്, പുനർവസു, അംഗുലൻ എന്നീ പേരുകളും വാത്സ്യായനൻ എന്ന നാമവുമായി ബന്ധപ്പെടുത്തി പറഞ്ഞുകാണുന്നുണ്ട്. വാരാണാസിയിൽ വിദ്യാർത്ഥിയായിരുന്ന കാലത്ത് ബ്രഹ്മചാരിവ്രതവും പരമാത്മധ്യാനവുമായി കഴിയവേ ലോകനന്മയെ ലക്ഷ്യമാക്കി, വേദശാസനങ്ങൾക്കനുസൃതമായി കാമസൂത്രം രചിക്കുന്നു എന്ന് വാത്സ്യായനൻ തന്നെ രേഖപ്പെടുത്തുന്നുണ്ട്. മഹാഭാരതത്തിൽ ജനമേയജന്റെ സർപ്പസത്രത്തിലെ സദസ്യരിൽ പാണ്ഡ്യമഹൻ എന്നൊരുമുനിയുണ്ടായിരുന്നതായും അദ്ദേഹം തന്നെയാകാം 'വാത്സ്യയനൻ' എന്ന് ശങ്കിക്കുന്നവരുമുണ്ട്.

പുരുഷാർത്ഥങ്ങളിൽ മുഖ്യമായ ധർമ്മത്തിൽ അടിയുറച്ച ജീവിതം അർത്ഥകാമങ്ങളാൽ പരിപൂർണ്ണമായി ആത്യന്തികലക്ഷ്യമായ മോക്ഷത്തിൽ എത്തിച്ചേരുന്നുവെന്നാണ് ഭാരതീയ സങ്കല്പം. ലൗകിക സുഖങ്ങളിൽ ഏറ്റവും മുഖ്യമായ സ്ത്രീസുഖമാണ്, കാമത്തിലെ പ്രധാന വിഷയം. ധർമ്മത്തിന്റെ അടിത്തറയിൽ ഉറച്ചുനിന്ന് സ്ത്രീസുഖം അനുഭവിക്കേണ്ടതെങ്ങനെയെന്നു ശാസ്ത്രീയമായി വിചാരം കൊള്ളാൻ ഭാരതത്തിലെ മഹർഷിമാർ തയ്യാറായിരുന്നു. അതിന്റെ സദ്ഫലങ്ങളായി വേണം 'കാമശാസ്ത്ര' ഗ്രന്ഥങ്ങളെ വീക്ഷിക്കുവാൻ.

ജീവിതം ആഹ്ളാദപ്രദമാക്കുന്നതിന് അനിവാര്യമായ പ്രായോഗിക പരിജ്ഞാനങ്ങൾ ഉൾക്കൊള്ളുന്ന 'കാമസൂത്രം' എഡി മൂന്നാം ശതകത്തിലാണ് വാത്സ്യയനൻ രചിച്ചത് എന്നാണ് പൊതുവിശ്വാസം. ബീഹാറിലെ പ്രാചീന നഗരമായ പാടലീപുത്രത്തിനടുത്താണ് (ഇന്നത്തെ പാറ്റ്നാ നഗരം) വാത്സ്യായനൻ ജീവിച്ചിരുന്നത്. വാർധക്യമായതോടെ അദ്ദേഹം ഗംഗാനദീതീരത്തുള്ള വാരാണാസിയിലേക്ക് താമസം മാറി. ഭാരത ഉപഭൂഖണ്ഡത്തിലെ വ്യത്യസ്ത ദേശങ്ങളിലെ വിഭിന്ന ജനങ്ങളെക്കുറിച്ച് തികഞ്ഞ ധാരണ വാത്സ്യായനനുണ്ടായിരുന്നു എന്നതിന് കാമസൂത്രത്തിലെ വിഭിന്നജനങ്ങളെ ആസ്പദിച്ചുള്ള അദ്ദേഹത്തിന്റെ നിരീക്ഷണങ്ങൾ തന്നെ മതിയാകും. കാമസൂത്രം പുരുഷന്മാർക്കും സ്ത്രീകൾക്കും വേണ്ടിയാണ് രചിക്കപ്പെട്ടത്. സ്ത്രീകൾക്ക് ആഹ്ളാദമുണ്ടാക്കുക എന്നതിനാണ് കൃതിയിൽ വാത്സ്യായനൻ കൂടുതൽ പ്രാധാന്യം നൽകിയിട്ടുള്ളത്. ദാമ്പത്യജീവിതം സുസ്ഥിരവും വിജയകരവുമാകണമെങ്കിൽ ലൈംഗികബന്ധത്തിലൂടെ സ്ത്രീക്ക് ആഹ്ളാദം പ്രദാനം ചെയ്യാനുള്ള ഉത്തരവാദിത്വം പുരുഷനുണ്ടെന്ന് വാത്സ്യായൻ പറയുന്നു. കാമശാസ്ത്രത്തെ രണ്ടായിട്ടാണ് മഹർഷി തിരിക്കുന്നത്. തന്ത്രമെന്നും ആവാപമെന്നും. രതിജനകങ്ങളായ ആലിംഗനാദികളെ ഉപദേശിക്കുന്ന തന്ത്രത്തിന് സാംപ്രയോഗികാധികരണം എന്നാണ് മഹർഷി പേര് നൽകിയിരിക്കുന്നത്. സ്ത്രീപുരുഷന്മാരുടെ സമാഗമോപായത്തെ വിവരിക്കുന്നതാണ് ആവാപം. കന്യസംപ്രയുക്തകം എന്നു മഹർഷി പേരു നൽകിയിട്ടുള്ള ഇത് നാലധികരരണങ്ങളിലായി ഉപദേശിച്ചിരിക്കുന്നു. ആദ്യത്തെ സാധാരണാധികരണത്തിൽ കാമശാസ ്ത്രത്തെക്കുറിച്ചു പറയുകയും കാമസൂത്രത്തിന്റെ സംഗ്രഹസ്വരൂപം നൽകുകയുമാണ് ചെയ്തിട്ടുള്ളത്.

കാമശാസ്ത്രസംബന്ധിയായ പിൽക്കാലത്തുണ്ടായ കൊക്കോക ശാസ്ത്രത്തിനും അനംഗരംഗത്തിനും ആധാരമായത് കാമസൂത്രം തന്നെ. പതിമ്മൂന്നാം ശതകത്തിൽ തന്നെ കാമസൂത്രത്തിനു വ്യാഖ്യാനങ്ങൾ ഉണ്ടായിക്കാണുന്നു. യശോധരയുടെ കാമസൂത്രവ്യാഖ്യാനം പ്രസിദ്ധമാണ്. പേർഷ്യ, അറേബ്യ എന്നിവിടങ്ങളിലെ പണ്ഡിതന്മാരുടെ ശ്രദ്ധയ്ക്ക് പതിനെട്ടാം നൂറ്റാണ്ടോടെ കാമസൂത്രം വിഷയമായി. സർ റിച്ചാർഡ് ബർട്ടൺന്റെ ഇംഗ്ലീഷ് വിവർത്തനവുമായി ബന്ധമുണ്ടായതിനെത്തുടർന്ന് ഹിന്ദി, ബംഗാളി, തമിഴ്, തെലുങ്ക് തുടങ്ങിയ ഇന്ത്യൻ

ഭാഷകളിൽ കാമസൂത്രത്തിനും ഇതര കാമശാസ്ത്രകൃതികൾക്കും വിവർത്തനങ്ങളും വ്യാഖ്യാനങ്ങളും ഉണ്ടായിക്കാണുന്നു. 1960 -ൽ കൊക്കോക മഹർഷിയുടെ കൊക്കോകശാസ്ത്രം ജർമ്മൻഭാഷയിലേക്ക് വിവർത്തനം ചെയ്യാൻ അലക്സ് കൺഫർട്ടിനെ പ്രേരിപ്പിച്ചതും ബർട്ടൺന്റെ വിവർത്തനമാണ്.

വാത്സ്യായനനു ശേഷം കാമശാസ്ത്രപരമായി നിരവധി കൃതികൾ രചിക്കപ്പെട്ടിട്ടുണ്ട്. ദാമോദരഗുപ്തന്റെ കുട്ടനീമതം, ക്ഷേമേന്ദ്രന്റെ കലാവിലാസം, ജയദേവന്റെ രതിമഞ്ജരി, ജ്യോതിരീശന്റെ പഞ്ചസായകം, ദേവരാജകവിയുടെ രതിരത്നപ്രദീപിക, കല്യാണമല്ലന്റെ അനംഗരംഗം, വീരഭദ്രദേവന്റെ കന്ദർപ്പചൂഡാമണി, ഹരിഹരന്റെ ശൃംഗാരദീപിക, ഹരിദേവന്റെ ശൃംഗാരസഞ്ജീവനി, ജഗധരന്റെ രസികസർവ്വസ്വം ആചാര്യദത്തകന്റെ 'വൈശികശാസ്ത്രം' ഗുണകരകവിയുടെ സ്മരപ്രദീപം കുചിമാരന്റെ കുചിമാരതന്ത്രം, ഭാനുഭജന്റെ രസമഞ്ജരി, രാമന്റെ ശൃംഗരാലാപം, കൃഷ്ണരാജന്റെ സൗഗന്ധികപരിണയം എന്നിവ അവയിൽ ചിലതാണ്. രതിരഹസ്യം, നാഗരസർവസ്വം, ശൃംഗാരമഞ്ജരി, രതികേളികുരൂഹലം, രതിശാസ്ത്രം, അർത്ഥശാസ്ത്രം, കാമസമൂഹം, സമരദീപിക, രതിവിലാസം, രതിസർവ്വസ്വം, ഭിനാള പാണികം തുടങ്ങി പല കൃതികളും കാമശാസ്ത്രപരമായി ഉണ്ടായിട്ടുണ്ട്. വെണ്മണിമഹന്റെ 'അംബോപദേശം' നാലപ്പാട്ടു നാരായണമേനോന്റെ രതിസാമ്രാജ്യം എന്നിവ മലയാളത്തിലുണ്ടായ പ്രശസ്തകൃതികളാണ്.

കല്യാണമല്ലനും അനംഗരംഗവും

കാമസൂത്രത്തിന്റെ പ്രചോദനം ഉൾക്കൊണ്ട് കല്യാണമല്ലൻ പതിനാറാം ശതകത്തിൽ രചിച്ച കൃതിയാണ് അനംഗരംഗം. കലിംഗയിൽ ജീവിച്ചിരുന്ന കല്യാണമല്ലൻ (1460-1530) ഡൽഹി ഭരിച്ചിരുന്ന ലോദിരാജാവിന്റെ മകൻ ലാദാഖാനു വേണ്ടിയാണ് 'അനംഗരംഗം' രചിച്ചത്. കൃതിയിൽ കാമദേവപ്രണാമത്തിനു ശേഷം ഗ്രന്ഥകാരൻതന്നെ ഈ വസ്തുത രേഖപ്പെടുത്തുന്നുണ്ട്. ലൈംഗികതയെ ആത്മീയതയുമായി ബന്ധിപ്പിക്കുവാനാണ് കല്യാണമല്ലന്റെ ശ്രമം. ദാമ്പത്യജീവിതത്തിലെ വിരസത ഇല്ലാതാക്കി ശാരീരികവും ആത്മീയവുമായ ആഹ്ലാദം പ്രദാനം ചെയ്യുകയെന്നതാണ് 'അനംഗരംഗം' രചനയിലൂടെ മല്ലൻ ലക്ഷ്യം വച്ചത്. കാമവിഷയപരമായി സംസ്കൃതത്തിലുണ്ടായ അവസാനത്തെ കൃതിയായി കണക്കാക്കുന്നു 'അനംഗരംഗം'. പൂർവ്വസൂരികളുടെ കാമശാസ്ത്ര കൃതികൾ പഠിച്ചതിനു ശേഷമാണ് അവയുടെ സാരസംഗ്രഹം എന്ന നിലയ്ക്ക് കല്യാണമല്ലൻ അനംഗരംഗം രചിച്ചത്. പത്ത് അധ്യായങ്ങളുള്ള ഗ്രന്ഥത്തിൽ ലൈംഗിക വേഴ്ചയ്ക്ക് പറ്റിയ സന്ദർഭങ്ങൾ, വിവിധ സംഭോഗരീതികൾ, സ്ത്രീപുരുഷവിഭജനം, ലൈഗികാവയവങ്ങൾ, കാമോദ്ദീപക ലേപനങ്ങൾ, അഗമ്യവ്യക്തികൾ, ചുംബനാലിംഗനാദി ചേഷ്ടാവിശേഷങ്ങൾ, പലയിനം മരുന്നുകൾ തുടങ്ങി നിരവധി വിഷയങ്ങൾ ചർച്ചചെയ്യുന്നുണ്ട്.

ആർ. നാരായണപ്പണിക്കരുടെ ഭാഷാവ്യാഖ്യാനം ഉൾക്കൊള്ളുന്ന 'അനംഗരംഗം' 1947ൽ തിരുവനന്തപുരം റെഡ്യാർ പ്രസ് പ്രസാധനം ചെയ്തു.

കാമശാസ്ത്രകൃതികൾ

കുട്ടനീമതം (ശംഭലീ മതം)

കാമശാസ്ത്രസംബന്ധിയായ സംസ്കൃത കാവ്യമാണ് കുട്ടനീമതം, കാശ്മീർ രാജാവായ ജയാപീഡന്റെ ആസ്ഥാനകവിയായിരുന്ന ദാമോദര ഗുപ്തൻ (779–813) രചിച്ചത്. വികാരള എന്ന വേശ്യ മാലതി എന്ന നർത്തകിക്ക് പുരുഷഹൃദയത്തെ വശീകരിക്കുവാനുള്ള വിഭിന്നമാർഗ്ഗങ്ങൾ പറഞ്ഞുകൊടുക്കുന്ന രീതിയിലാണ് കൃതി നിബന്ധിച്ചിട്ടുള്ളത്. കാശിയിലാണ് കഥ നടക്കുന്നത്. 1059 പദ്യങ്ങൾ കൃതിയിലുണ്ട്. എട്ടാം ശതകത്തിൽ കാശ്മീരിൽ നിലവിലിരുന്ന ജീവിതചര്യകൾ, സാമൂഹ്യാചാരങ്ങൾ, മതം, സാഹിത്യം എന്നിവയെക്കുറിച്ചുള്ള വിവരങ്ങൾ ഈ കൃതിയിലുണ്ട്. ശ്രീഹർഷന്റെ രത്നാവലിയിലെ കഥയും ഇതിൽ ചുരുക്കി പ്രതിപാദിച്ചിട്ടുണ്ട്. രാജാക്കന്മാരുടെ വിഷയലമ്പടത കവി വർണ്ണിക്കുന്നുണ്ട്. കവിയുടെ ലക്ഷ്യം സമുദായ പരിഷ്കരണമായിരുന്നു. സമൂഹത്തിലെ ദുർനീതികളും അനാചാരങ്ങളും വിമർശവിധേയമാക്കി വായനക്കാരെ ഉദ്ബുദ്ധരാക്കുക എന്ന ലക്ഷ്യം കവിക്കുണ്ടായിരുന്നു. നിരാധാരരായ യുവാക്കൾ കാമപരവശരുടെ മൂഷിതവലയത്തിലകപ്പെട്ടു വഴിപിഴച്ചു പോകുന്നതെങ്ങനെയെന്ന് കവി വ്യക്തമാക്കുന്നു. ബാഹ്യരതം, ചൗര്യസുരതം എന്നിവ വിശദമായി പ്രതിപാദിച്ചിട്ടുണ്ട്.

ക്ഷേമേന്ദ്രന്റെ സമയമാതൃക, മലയാളകൃതിയായ വൈശികതന്ത്രം എന്നിവ കുട്ടനീമതത്തിന്റെ ചുവടുപിടിച്ചു രചിക്കപ്പെട്ട കൃതികളാണ്.

കലാവിലാസം

കാമകലാവിഷയമായി ക്ഷേമേന്ദ്രൻ (1028–1080) രചിച്ച കൃതിയാണ് കലാവിലാസം. കാമകലാ നിപുണനായ മൂലദേവൻ ചന്ദ്രഗുപ്തൻ എന്ന ഒരാളെ കാമമാർഗ്ഗത്തിലേയ്ക്കു കൊണ്ടുവരുന്ന രീതിയിലാണ് കൃതിയുടെ രചന. വസുമതിയുടെയും സമുദ്രദത്തന്റെയും കലകളിലൂടെയാണ് കാമകേളികൾ അവതരിപ്പിക്കുന്നത്. വിവിധ ജനവിഭാഗങ്ങളുടെ രതിവിലാസങ്ങളും കാമകേളീ വൈജാത്യങ്ങളും കവി വർണ്ണിക്കുന്നുണ്ട്.

പഞ്ചസായകം

പതിനാലാം ശതകത്തിൽ രചിക്കപ്പെട്ട കൃതിയാണ് പഞ്ചസായകം. ജ്യോതിരീശൻ എന്ന കവിയുടേതാണ് കൃതി. അഞ്ചദ്ധ്യായങ്ങളായി തിരിച്ചിട്ടുള്ള ഈ കൃതിയിൽ 605 ശ്ലോകങ്ങളാണുള്ളത്. അദ്ധ്യായങ്ങൾക്ക് സായകം എന്നാണ് ഇതിൽ നല്കിയിട്ടുള്ള പേര്, നായികാനായകന്മാരുടെ സവിശേഷതകൾ, വിവിധദശകൾ, കമോദ്ദീപനമാർഗ്ഗങ്ങൾ എന്നിവ വിശദീകരിച്ചുകൊണ്ട് ഒന്നാം സായകം ആരംഭിക്കുന്നു. രണ്ടാം സായകത്തിൽ സ്ത്രീപുരുഷാവയവങ്ങളുടെ പ്രത്യേകതകൾ, സാമ്യം, അത്യുച്ചം, നീചം, അതിനീചം എന്നിങ്ങനെ നാലുവിധത്തിലുള്ള സംഗമരീതികൾ

എന്നിവ വിവരിക്കുന്നു. സ്ത്രീകളെ വശീകരിക്കുന്നതിന് പ്രയോജനപ്പെടുന്ന സുഗന്ധലേപനങ്ങൾ, മുടിവളർച്ച, ആർത്തവം, യോനിവൃത്തം ചുരുക്കൽ, സ്തനവളർച്ച, വന്ധ്യത എന്നിവയ്ക്കുപയോഗിക്കുന്ന മരുന്നുകൾ എന്നിവയാണ് മൂന്നാം സായകത്തിൽ വിശദമാക്കുന്നത്. നാലാം സായകത്തിലെ പ്രതിപാദ്യം യൗവനദശയിലെ സവിശേഷതകൾ, എട്ടുതരം വിവാഹങ്ങൾ, പരസ്ത്രീ സംസർഗ്ഗം, വേഗം വശീകരിക്കാവുന്ന സ്ത്രീകളുടെ ലക്ഷണങ്ങൾ, സന്തുഷ്ടമായ സംഭോഗത്തിന് ഉചിതമായ സമയവും സ്ഥലവും, ചുംബനാലിംഗനരീതികൾ എന്നിവയാണ്. എട്ടുതരം നായികമാരെപ്പറ്റിയും സംഭോഗരീതികളെക്കുറിച്ചും അഞ്ചാംസായകത്തിൽ പ്രതിപാദിച്ചിരിക്കുന്നു.

രതിരത്നപ്രദീപിക

ദേവരാജ കവി പതിനഞ്ചാം ശതകത്തിൽ രചിച്ച കാമശാസ്ത്ര കൃതിയാണ് 'രതിരത്നപ്രദീപിക'. ഏഴ് അധ്യായങ്ങളുണ്ട്. അധ്യായങ്ങളെ അധികാരങ്ങളായും വിഭജിച്ചിട്ടുണ്ട്. നന്ദീശ്വരൻ, ഗൗണിപുത്രൻ, വാത്സ്യായനൻ, മല്ലനാഗൻ, കൊക്കോകൻ, കോവിദൻ, ഗുണപാദകൻ എന്നീ കാമശാസ്ത്രകവികളെ കൃതിയിൽ സ്മരിച്ചിട്ടുണ്ട്. ഗൗണിപുത്രന്റെയും നന്ദികേശ്വരന്റെയും മതങ്ങൾ ദേവരാജകവി സ്വീകരിച്ചിട്ടുണ്ട്. സ്ത്രീകളെ നാലായിതിരിക്കുന്നതു നന്ദികേശ്വരമത പ്രകാരമാണ്. പ്രകൃതിയുടെ അടിസ്ഥാനത്തിൽ ഗജ, രാക്ഷസ, ദാനവ എന്നും സ്ത്രീകളെ വിഭജിക്കുന്നുണ്ട്. ജാതരതി, അജാതരതി എന്നു വിഭജിച്ച് പന്ത്രണ്ടുതരം ആലിംഗനങ്ങളെ പറ്റി കൃതിയിൽ ചർച്ചയുണ്ട്. പതിനാലുതരം ചുംബനങ്ങൾ, ഒമ്പതുവിധം നഖക്ഷതങ്ങൾ, എട്ടുതരം ദന്തക്ഷതങ്ങൾ, നാല്പതു വിധം സംഭോഗരീതികൾ എന്നിവ പ്രതിപാദിച്ചശേഷം എട്ടുതരത്തിലുള്ള സുരതം, സ്ത്രീകളും പുരുഷന്മാരും നടത്തുന്ന എട്ടുതരത്തിലുള്ള ഔപരിഷ്ടകങ്ങൾ, പത്തുതരം പ്രഹണനങ്ങൾ പതിനേഴുതരം സീത്കാരങ്ങൾ എന്നിവയെക്കുറിച്ചും ഈ കൃതിയിൽ വിവരിച്ചുകാണുന്നു.

കന്ദർപ്പചൂഡാമണി

പതിനാറാം ശതകത്തിൽ വീരഭദ്രദേവൻ രചിച്ചു എന്നു കരുതുന്ന കൃതിയാണ് കന്ദർപ്പചൂഡാമണി. ഭൈരവൻ, കൃഷ്ണൻ, കാമദേവൻ എന്നിവരെ സ്മരിച്ചുകൊണ്ടാണ് ഗ്രന്ഥം ആരംഭിക്കുന്നത്. ഏഴധികരണങ്ങൾ ഗ്രന്ഥത്തിലുണ്ട്. ത്രിവർഗ്ഗത്തെ വിവരിച്ച് അവയുടെ പ്രസക്തി പര്യാലോചിക്കുന്നു ഒന്നാം അധികരണത്തിൽ. വിവിധതരം സ്ത്രീപുരുഷന്മാർ, സംഗമരീതികൾ, ചുംബനാലിംഗന വിധങ്ങൾ എന്നിവയാണ് രണ്ടാം അധികരണ വിഷയങ്ങൾ. മൂന്നു മുതൽ അഞ്ചുവരെ അധികരണങ്ങളിൽ കന്യകമാർ, കല്യാണം, അനുയോജ്യനായ പുരുഷനെ തിരഞ്ഞെടുക്കൽ, ഹൃദയവശീകരണോപാധികൾ, വിവാഹരീതികൾ, ചില പ്രത്യേക വിഭാഗം സ്ത്രീകളുടെ ദൈനംദിന ജീവിതം, പരസ്ത്രീ സംസർഗ്ഗം, ദൂതന്മാരെ

നിയോഗിക്കൽ, ദൂതന്മാരുടെ കടമകൾ എന്നിവ ചർച്ച ചെയ്യുന്നു. സംഭോഗസംബന്ധിയായ ശാരീരിക വിലക്ഷണതകൾ ദൂരീകരിക്കാനുള്ള മാർഗ്ഗങ്ങളാണ് ഏഴാം അധികരണത്തിലെ പ്രതിപാദ്യം.

ഈ കൃതി കെ.കെ. പണിക്കർ മലയാളത്തിലേക്കു പരിഭാഷപ്പെടുത്തിയത് 1953-ൽ രണ്ടാം പതിപ്പായി ആലപ്പുഴ വിദ്യാരംഭം പ്രസ് പ്രകാശിപ്പിച്ചിട്ടുണ്ട്.

രതിമഞ്ജരി

കല്യാണമല്ലനു മുമ്പ് ജീവിച്ചിരുന്ന ജയദേവൻ എന്ന കവിയാണ് 'രതിമഞ്ജരി' രചിച്ചത്. രതിക്രിയകളുടെ പ്രതിപാദനമാണ് കൃതിയിലുള്ളത്. കാമശാസ്ത്രത്തെ അറുപതു ശ്ലോകങ്ങളിൽ സംഗ്രഹിച്ചിരിക്കുന്നു. ജാതിയുടെ അടിസ്ഥാനത്തിൽ പുരുഷന്മാരെയും സ്ത്രീകളെയും നാലുതരത്തിലാണ് ജയദേവൻ തിരിച്ചിട്ടുള്ളത്. പ്രായമനുസരിച്ചുള്ള സ്ത്രീഭേദങ്ങൾ, സ്ത്രീകളെ പ്രാപിക്കാനുള്ള മാർഗ്ഗങ്ങൾ, സ്ത്രീപുരുഷന്മാർ കാമവിഷയാസക്തരായിരിക്കെ ചുംബനമർപ്പിക്കേണ്ട ശരീരഭാഗങ്ങൾ, പുരുഷൻ അനുഷ്ഠിക്കേണ്ട കർമ്മങ്ങൾ, നഖദന്തഛേദ്യവിധികൾ, സ്ത്രീപരുഷാവയവങ്ങളുടെ പ്രത്യേകതകൾ, പരാധീനതകൾ, പതിനാറു വിധം സംഭോഗരീതികൾ എന്നിവ വിവരിച്ചിട്ടുണ്ട്.

അംബോപദേശം

വെണ്മണിമഹൻ നമ്പൂതിരി വേശ്യാവൃത്തി വിഷയകമായി രചിച്ച കാവ്യമാണ് അംബോപദേശം. വേശ്യകൾക്ക് അവരുടെ മുത്തശ്ശിമാർ നല്കുന്ന ഉപദേശത്തെ വിഷയമാക്കി കാവ്യം നിർമ്മിക്കുന്ന രീതി വൈശികതന്ത്രത്തിന്റെ കാലം മുതൽ സ്വീകരിച്ചു കാണുന്നു. അംബോപദേശത്തിൽ നൂറ് ശ്ലോകങ്ങളുണ്ട്. 'കണ്ണൂറ്റി'ലെന്നു പ്രശസ്തമായ ഭവനത്തിലെ തൊണ്ണൂറ്റിനാലരവയസ്സ് തികഞ്ഞ ഒരു മുത്തി പൗത്രിക്കു നൽകുന്ന ഉപദേശമാണ് ഈ കൃതിയിലെ പ്രതിപാദ്യം. പൂർവ്വാർധത്തിലെ ഉപദേശങ്ങൾ ഉത്തരാർധം കൊണ്ട് സമർത്ഥിക്കുന്ന രീതിയാണ് കൃതിയിൽ അനുവർത്തിച്ചിരിക്കുന്നത്. മുത്തി കാമരഹസ്യങ്ങൾ ഉപദേശിക്കുന്നു. വേഷഭൂഷാദികൾ, ലേപനങ്ങൾ, ഉപയോഗിക്കേണ്ട രീതി, രസികരും ധനികരും ആയി പലവിധത്തിലുള്ളവർ സമീപിക്കുമ്പോൾ അവരെ സന്തോഷിപ്പിക്കേണ്ട രീതികൾ എന്നിവ വിസ്തരിച്ചു തന്നെ ഈ കൃതിയിൽ പറയുന്നുണ്ട്.

ഒറവങ്കര നീലകണ്ഠൻ നമ്പൂതിരി, കൊടുങ്ങല്ലൂർ കുഞ്ഞിക്കുട്ടൻ തമ്പുരാൻ, കൊച്ചുണ്ണിത്തമ്പുരാൻ, നടുവത്തച്ഛൻ നമ്പൂതിരി, മാവേലിക്കര ഉദയവർമ്മ തമ്പുരാൻ, വലിയരാമനിളയത് എന്നിവരും അംബോപദേശം എന്ന പേരിൽ കാമവിഷയാത്മക കാവ്യങ്ങൾ രചിച്ചിട്ടുണ്ട്.

രതിസാമ്രാജ്യം

നാലപ്പാട്ടുനാരായണമേനോൻ രചിച്ച ലൈംഗികശാസ്ത്ര ഗ്രന്ഥമായ 'രതി സാമ്രാജ്യം' വിഷയപ്രതിപാദന രീതികൊണ്ട് വ്യത്യസ്തത പുലർത്തുന്നു. പാശ്ചാത്യ ഗ്രന്ഥങ്ങളെ ആശ്രയിച്ച് അവയിലെ ആശയങ്ങൾ സ്വാംശീകരിച്ച്, പൗരസ്ത്യ വിജ്ഞാനശാഖയുമായി പൊരുത്തപ്പെടുത്തി. കേരളീയ ജീവിതവുമായി ബന്ധപ്പെടുത്തിയാണ് ഗ്രന്ഥം രചിച്ചിട്ടുള്ളത്. മനഃശാസ്ത്രം, ശരീരശാസ്ത്രം, നരവംശശാസ്ത്രം, സാമൂഹ്യശാസ്ത്രം എന്നീ വിഷയങ്ങൾ ആസ്പദമാക്കി ഗ്രന്ഥത്തിനു സമഗ്രത വരുത്താൻ ശ്രമിച്ചിട്ടുണ്ട്. കാമശാസ്ത്ര വിഷയത്തിൽ സംഭോഗം, സ്വവർഗ്ഗസംഭോഗം, സ്വയംഭോഗം എന്നിവയെക്കുറിച്ചും പ്രതിപാദനമുണ്ട്.

സ്റ്റഡീസ് ഇൻ ദി സൈക്കോളജി ഓഫ് സെക്സ്

എല്ലിസ് ഹെൻറി ഹാവ്‌ലോക് ഇംഗ്ലീഷിൽ രചിച്ച 'സ്റ്റഡീസ് ഇൻ ദി സൈക്കോളജി ഓഫ് സെക്സ്' എന്ന ഗ്രന്ഥത്തിന് ഏഴുവാള്യമുണ്ട്. ലൈംഗികതയുടെ മനഃശാസ്ത്ര പഠനം എന്ന് ഗ്രന്ഥ ശീർഷകം മലയാളത്തിൽ പറയാം. ലൈംഗികമനോവിജ്ഞാനകാരനായ എല്ലിസ്(1896) പ്രേമത്തെ ഒരു കലയായിട്ടാണ് വീക്ഷിക്കുന്നത്.

ലൈംഗിക വിദ്യാഭ്യാസ വിജ്ഞാനകോശം

ലൈംഗിക ശാസ്ത്രവിഷയങ്ങൾ ആസ്പദമാക്കി മലയാളത്തിലുണ്ടായ ആദ്യത്തെ വിജ്ഞാനകോശമാണ് 'ലൈംഗിക വിദ്യാഭ്യാസ വിജ്ഞാന കോശം'. 1978-ൽ പ്രസിദ്ധീകൃതമായ ഈ ഗ്രന്ഥത്തിന്റെ പ്രസാധകർ കോട്ടയം മോറൽബുക്സാണ്. അനുജൻ അത്തിക്കയം മാനേജിംഗ് എഡിറ്ററായുള്ള സമിതി ഇരുന്നൂറോളം പേരുടെ പങ്കാളിത്തത്തോടെയാണ് ഗ്രന്ഥം തയ്യാർ ചെയ്തത്. വിഷയാധിഷ്ഠിതമായി പതിനാറദ്ധ്യായമായി വിഭജിച്ചിട്ടുള്ള ഗ്രന്ഥത്തിൽ ലൈംഗിക വിജ്ഞാന നിഘണ്ടു കൂടി ഉൾക്കൊള്ളിച്ചിട്ടുണ്ട്. സ്ത്രീ പുരുഷ ജനനേന്ദ്രിയങ്ങൾ, ലൈംഗികത, ലൈംഗിക പരാജയങ്ങൾ, ഒരു കുട്ടി ജനിക്കുന്നു, ലൈംഗികരോഗങ്ങൾ, കുടുംബസംവിധാനം, വന്ധ്യത, ലൈംഗിക ജീവിതത്തിൽ യോഗാസനങ്ങൾക്കുള്ള സ്ഥാനം, ലൈംഗികവിജ്ഞാനവും ഹോമിയോപ്പതിയും, യൗവനാരംഭം, യൗവനം, വിവാഹം, വേശ്യാവൃത്തി, ഗർഭഛിദ്രം, ലൈംഗിക കുറ്റങ്ങൾ, മയക്കുമരുന്നുകൾ, ലൈംഗിക വിജ്ഞാനവും ആയുർവേദവും എന്നിവയാണ് ഈ ഗ്രന്ഥത്തിലെ അധ്യായ ശീർഷകങ്ങൾ.

രതിവിജ്ഞാന കോശം

ഡോ.പി. എം.മാത്യു വെല്ലൂർ എഡിറ്ററായി 1988ൽ കറന്റ് ബുക്സ് പ്രസിദ്ധപ്പെടുത്തിയ ബൃഹദ് ഗ്രന്ഥമാണ് 'രതിവിജ്ഞാന കോശം'. ലൈംഗിക ശാസ്ത്രവിഷയങ്ങൾ പ്രതിപാദിച്ചിട്ടുള്ള സമഗ്രകൃതിയാണിത്. ഭാരതീയവും വൈദേശികവുമായ എല്ലാ പ്രമാണ ഗ്രന്ഥങ്ങളും പരിശോധിച്ചും വിശകലനം ചെയ്തുമാണ് ഈ വിജ്ഞാനകോശത്തിലെ ശീർഷകങ്ങൾ തയ്യാറാക്കിയിട്ടുള്ളത്. അകാല ജനനം എന്ന ശീർഷകം തുടങ്ങി

ഹോർമോണുകൾ എന്ന ശീർഷകം വരെ അക്ഷരമാലാ ക്രമത്തിൽ വിവിധവിഷയങ്ങൾ ഉൾക്കൊള്ളുന്ന ഗ്രന്ഥത്തിൽ അനുബന്ധമായി വാത്സ്യായന മഹർഷിയുടെ കാമസൂത്രത്തിന് വിഷ്ണുരാതൻ നടത്തിയ സംഗൃഹിത പുനരാഖ്യാനം ഉൾക്കൊള്ളുന്നുണ്ട്.

മംഗളോദയം, തൃശ്ശൂർ 1969-ൽ പ്രസിദ്ധപ്പെടുത്തിയ വി.ആർ. മേനോൻ രചിച്ച 'ഇണ ചേരുമ്പോൾ', തിരുവനന്തപുരം കല്പദ്രുമം പബ്ലിക്കേഷൻസ് 1975-ൽ പ്രസാധനം ചെയ്തു. കെ.സുഭാഷ് രചിച്ച 'ആധുനിക ലൈംഗിക ശാസ്ത്രം', കോട്ടയം നാഷണൽ ബുക്ക് സ്റ്റാൾ 1983-ൽ പ്രസിദ്ധപ്പെടുത്തിയ ഇ.എ. കരുണാകരൻനായർ രചിച്ച 'മലയാളിയുടെ ലൈംഗിക സ്വഭാവം', കോട്ടയം എസ്.പി.സി.എസ്. 1983-ൽ പ്രസിദ്ധപ്പെടുത്തിയ ഇ.ജെ. കരുണാകരൻ രചിച്ച 'ലൈംഗിക ജീവിതം', ആലപ്പുഴ വിദ്യാരംഭം പബ്ലിക്കേഷൻസ് 1987-ൽ പ്രസിദ്ധപ്പെടുത്തിയ കെ.കെ.പണിക്കർ രചിച്ച സമ്പൂർണ്ണ കാമശാസ്തം എന്നീ കൃതികൾ ശ്രദ്ധേയങ്ങളാണ്. ഡൽഹി ഓറിയന്റ് പേപ്പർ ബാക്സ് 1977 -ൽ സർ. റിച്ചാർഡ് ബർട്ടണും എഫ്.എഫ് അർബത്നോട്ടുംവിവർത്തനംചെയ്ത'അനംഗരംഗ:ദിഹിന്ദുആർട്ട്ഓഫ്ലെന'എന്നഗ്രന്ഥം പ്രസിദ്ധപ്പെടുത്തുകയുണ്ടായി. രതിയെ ശാസ്ത്രീയമായി കൈകാര്യം ചെയ്യാനുള്ള ശ്രമം പത്തൊമ്പതാം നൂറ്റാണ്ടിന്റെ അന്ത്യത്തിലാണുണ്ടായത്. ക്രാഫ്റ്റ് എബ്ബിംഗ് (1840-1902), സിഗ്മണ്ട് ഫ്രോയ്ഡ് (1856-1939), ഹാവ്ലോക് എല്ലിസ് (1859-1939), വാൻ.ഡി.വെൽഡ് (1873-1937), എന്നിവരുടെ ആദ്യകാല ശ്രമങ്ങൾ വിലപ്പെട്ടതാണ്. ബ്ലോച്ച് (1908), ഫോറൽ (1922) ഹെർഷ് ഫെൽസ്(1935), സെൽജിയാമോ മോത്ത (1922), റോബി (1927), റോബിൻസൺ (1929), മേരി സ്റ്റോപ്സ് (1952) എന്നിവർ രതിയെന്ന വിഷയത്തെ പഠനവിധേയമാക്കിയവരാണ്. കിൻസെ(1948), മാസ്റ്റേഴ്സ്/ജോൺസൺ (1966), ഐസക്/വിൽസൺ (1979), ആർബട്ട് എല്ലിസ് (1960), മോർട്ടൻ ഹൺട് (1970) എന്നിവർ ഗവേഷണങ്ങളിലൂടെ ലൈംഗിക വിജ്ഞാനത്തെ പരിപോഷിപ്പിച്ചവരാണ്. 1970-ന്റെ മധ്യത്തോടുകൂടിയുണ്ടായ 'റെഡ് ബുക്ക് സർവ്വേ, 1981-ൽ പ്രസിദ്ധീകരിക്കപ്പെട്ട 'ഹൈറ്റ്സ് റിപ്പോർട്ട്'എന്നിവയും ലൈംഗിക വിജ്ഞാനത്തിന്റെ മുതൽ കൂട്ടുകളാണ്.

രതിയും വേറിട്ട കാഴ്ചപ്പാടുകളും

ലൈംഗിക സാഹിത്യത്തിലെ ഭാരതീയ ഇതിഹാസമെന്നു വിശേഷിപ്പിക്കാവുന്ന കാമസൂത്രത്തിൽ കലകളെ അറുപത്തിനാലായി വിഭജിച്ചിട്ടുണ്ട്. കാമസൂത്രത്തോടൊപ്പം ഈ കലകളും അഭ്യസിച്ചിരിക്കണം എന്നാണ് പണ്ഡിത മതം. മാനവ സംസ്കാരത്തോട് ഇണങ്ങി വരുന്നതാണ് ഈ കലകളെല്ലാം. ഈ കലകൾ അഭ്യസിക്കുന്നവന് സമൂഹത്തിൽ സമുന്നതമായ സ്ഥാനം ലഭിക്കും, കലകളുടെ പ്രയോഗംമൂലം മോഹവസ്തുക്കളുടെ മേൽ അനായാസ വിജയമുണ്ടാകും, ഇവയുടെ പഠനം മൂലം സ്വയം പര്യാപ്തരാവാൻ കഴിയും എന്നിവയാണ് പഠന ഗുണങ്ങൾ. ഈ കലകളിൽ ഒന്നാണ് കാമകല.

കാമസൂത്രത്തിനു തുല്യമായ ഗ്രന്ഥങ്ങൾ പാശ്ചാത്യ നാടുകളിൽ ലഭ്യമല്ല. രതിക്രീഡ ഒരു കലയായി അവിടങ്ങളിൽ വികസിച്ചിട്ടില്ല. സാമൂഹിക നിരോധം, അപരാധബോധം എന്നിവ പാശ്ചാത്യർക്ക് ലൈംഗികാസ്വാദനത്തിന് വിഘാതമായി വർത്തിക്കുന്നു. അതിനാൽ ലൈംഗിക ശാസ്ത്ര അനുബന്ധകൃതികൾ എന്ന നിലയ്ക്ക് ശരീര ശാസ്ത്രപരമായ പ്രാമാണിക ഗ്രന്ഥങ്ങളും അശ്ലീല സാഹിത്യകൃതികളും മാത്രമാണ് പാശ്ചാത്യ ശാസ്ത്രസംഭാവനകൾ എന്ന നിലയ്ക്കുള്ളത്.

പൗരസ്ത്യർക്കാകട്ടെ രതിയും ആത്മീയതും തമ്മിൽ ഭേദമില്ല. ഇതര കലകളോടെന്നവിധം കാമകലയ്ക്കും വളരെ മാന്യമായ ഒരു പദവി കൊടുക്കുകയും ഇതര ഗ്രന്ഥങ്ങൾക്കു തുല്യം കാമസൂത്രം അഭ്യസിക്കുകയും ചെയ്യുന്ന രീതിയാണ് ഭാരതീയർക്കുള്ളത്. ക്ഷേത്രങ്ങളിലും ഗുഹകളിലും സംഭോഗത്തിന്റെ വിവിധ രീതികൾവരെ കൊത്തിവയ്ക്കാനും, കലാപഠനമെന്ന നിലയ്ക്ക് കാമസൂത്രാദികൾ ഗൃഹാങ്കണങ്ങളിൽ വച്ചു പഠിക്കുന്നതിന് തടസ്സം കല്പിക്കാതിരുന്നതുമായ സ്വതന്ത്ര ലൈംഗിക ബോധം ഭാരതത്തിൽ നിലനിന്നിരുന്നു. ഗണികകൾക്ക് മാന്യസ്ഥാനമുണ്ടായിരുന്ന അക്കാലത്ത് അവർ അറുപത്തിനാലു കലകളിലും പ്രാവീണ്യം നേടിയിരിക്കണമെന്ന് അവരുടെ അമ്മമാരിലൂടെയും മുത്തശ്ശിമാരിലൂടെയും ഉപദേശം നൽകുന്ന ഗ്രന്ഥങ്ങൾ രചിക്കപ്പെട്ട നാടാണ് ഭാരതം. ബ്രഹ്മചര്യം, ഏകഭാര്യാത്വം, ബഹുഭാര്യാത്വം, ബഹുഭർതൃത്വം എന്നിവയ്ക്കെല്ലാം പൌരസ്ത്യ സംസ്കാരത്തിൽ സമുചിത സ്ഥാനം തന്നെയാണുണ്ടായിരുന്നത്.

സ്ത്രീപുരുഷ ലൈംഗിക ബന്ധത്തെ പ്രതിപാദിക്കുവാൻ ഇംഗ്ലീഷിൽ പ്രയോഗിക്കുന്ന സെക്സ് എന്ന പദത്തിന് ലിംഗഭേദമെന്നും ലൈംഗികത എന്നും മലയാളത്തിൽ വ്യവഹാരമുണ്ട്. ക്രോമോസോമുകളും ഹോർമോണും ലിംഗഭേദവും അടങ്ങിയ ജീവശാസ്ത്രത്തെ സെക്സ് എന്നു വിശേഷിപ്പിക്കുന്നു. രമിപ്പിക്കുന്നത്, മനസ്സിന് ആഹ്ലാദവും തൃപ്തിയും നൽകുന്നത് എന്ന അർത്ഥത്തിലുള്ള 'രതി' എന്ന പദത്തിനു സമാനമായി സെക്സ്, ലൈംഗികത, ലൈംഗികത്വം എന്നൊക്കെ ഇപ്പോൾ പ്രയോഗിച്ചു വരുന്നു. സെക്കാരെ (Secare)എന്ന ലത്തീൻ പദത്തിൽ നിന്നു നിഷ്പന്നമായ പദമാണ് സെക്സ്. 'മുറിച്ചു വേർതിരിക്കുക' എന്നാണ് പദത്തിന്റെ നിയതാർത്ഥം. ആദിയിൽ ആണും പെണ്ണും ചേർന്നുള്ള ഒരു ജീവിയായിരുന്നു മനുഷ്യൻ എന്നാണ് ഗ്രീക്കു വിശ്വാസം. നാലു കൈയും നാലു കാലുമുള്ള ഈ ജീവി പൂർണ്ണതൃപ്തിയോടെയാണ് കഴിഞ്ഞു വന്നതെങ്കിലും അഹങ്കാരം വർദ്ധിച്ചുവന്ന ഇവരോട് ദേവന്മാർക്ക് അസൂയ തോന്നിയതായും, സേയൂസ് ദേവൻ ഇടിമിന്നൽ അയച്ച് ഇവരെ രണ്ടായി. വേർപെടുത്തി ലോകത്തിന്റെ പല ഭാഗങ്ങളിലേക്ക് തെറിപ്പിച്ചുവെന്നും അന്നു മുതൽ അവരുടെ 'നല്ല പാതി'യെ ആരാഞ്ഞ് അവർ ജീവിക്കുകയാണത്രേ. അതിനവരെ പ്രേരിപ്പിക്കുന്ന വികാരമാണ് സ്നേഹം എന്നത്. സ്ത്രീപുരുഷ ബന്ധത്തിന്റെ പരസ്പര പൂരകത്വമാണ് പുരാണ കഥകളിലൂടെയും മറ്റും വ്യഞ്ജിക്കുന്നത്.

മനുഷ്യ ജീവിതത്തിന് അർത്ഥവും ചൈതന്യവും നൽകുന്ന ഉപാധികളിലൊന്നാണ് രതി. മനുഷ്യ സംസ്കാരത്തിന്റെ വികാസത്തെ നിയന്ത്രിച്ചിരുന്ന മുഖ്യഘടകങ്ങളിലൊന്ന് ലൈംഗികവാസനയാണെന്ന് നരവംശ ശാസ്ത്രജ്ഞന്മാർക്ക് അഭിപ്രായമുണ്ട്. അക്രമാസക്തിയും പരപീഡനവാഞ്ഛയും സ്വയംപീഡനവാഞ്ഛയും രതിയോടു ബന്ധപ്പെടുത്തുന്നവരുണ്ട്. പ്രാകൃത ലൈംഗിക വാസനയെ മാനവീകരിക്കാനാണ് ലൈംഗിക സദാചാരമൂല്യങ്ങൾ സൃഷ്ടിക്കപ്പെട്ടതെന്ന് ഒരു കാഴ്ചപ്പാടുണ്ട്. മത വിശ്വാസങ്ങളും തത്ത്വദർശനങ്ങളും, മനുഷ്യജീവിതത്തിന്റെ അസ്തിത്വത്തിന്റെ പ്രധാന കേന്ദ്രമായി കണ്ടിരുന്ന രതിയെ പുണ്യമായി കരുതി വാഴ്ത്താനും പാപമായി കരുതി ഇകഴ്ത്താനും ശ്രമം നടന്നിട്ടുണ്ട്. രതി പ്രകാശനത്തോട് അകലം പാലിക്കാനും ബ്രഹ്മചര്യം ദീക്ഷിക്കാനും പ്രേരിപ്പിക്കുന്നു മതങ്ങളും. സംഭോഗവും സ്വവർഗ്ഗരതിയും വ്യഭിചാരവും ഈശ്വരപ്രീതിക്കു വേണ്ടി ക്ഷേത്രത്തിലും പരിസരത്തിലും നടത്തിയിരുന്ന മതങ്ങളും ലോകത്തുണ്ട്. രതി പാപമാണെന്നും സന്താനോല്പാദനത്തിനും വേണ്ടി മാത്രമേ അതുപയോഗിക്കാവൂ എന്നും കരുതുന്ന മതവിശ്വാസികൾ ഉണ്ട്. സ്ത്രീവികാര പ്രകടനങ്ങൾ കാട്ടുന്നതു പാപമാണെന്നു ധരിച്ചിരുന്നവരുമുണ്ട്. ലൈംഗിക ബന്ധം സന്താനോത്പാദനത്തിനു മാത്രമേ പാടുള്ളൂ എന്ന് മഹാത്മാഗാന്ധി അനുശാസിച്ചിരുന്നു. ലൈംഗിക കൃത്യങ്ങൾ ശരീരത്തിന് ഹാനികരമാണെന്നു ധരിക്കുന്നവരുമുണ്ട്. ലൈംഗികതയെ സംബന്ധിച്ച് വിരുദ്ധ സമീപനങ്ങളും തെറ്റിദ്ധാരണകളും ഇന്നും നിലനിൽക്കുന്നുണ്ട്.

അശ്ലീലസാഹിത്യം (പോർണോഗ്രാഫി)

ബോധപൂർവ്വം ലൈംഗിക വികാരോത്തേജനം ലക്ഷ്യമാക്കി എഴുതപ്പെടുന്ന കൃതികളാണ് അശ്ലീല സാഹിത്യമായി കരുതപ്പെടുന്നത്. ഗ്രീക്കുഭാഷയിലെ പോർനോസ് (വേശ്യ) എന്ന വാക്കിൽ നിന്നുമാണ് പോർണോഗ്രഫി എന്ന പദം നിഷ്പന്നമായത്. അശ്ലീലത്തിന് അസഭ്യം, ഗ്രാമ്യം, ജുഗുപ്സാവഹം എന്നിങ്ങനെയാണ് അർത്ഥം കല്പിക്കപ്പെട്ടിരുന്നത്. ഭാരതീയ കാവ്യ സങ്കല്പപ്രകാരം അശ്ലീലത്തെ വ്രീഡംദായി, ജുഗുപ്സാദായി, അമംഗളദായി എന്ന് മൂന്നായി തിരിച്ചിട്ടുണ്ട്.

മനുഷ്യമനസ്സിൽ ലൈംഗിക ചിന്ത അടിസ്ഥാനപരമായി നിലനില്ക്കുന്നുണ്ട്. എന്നാൽ അത് പരസ്യമായി പറയുന്നതു വിലക്കപ്പെട്ടിരുന്നു. പരസ്യമായി സമീപിക്കാൻ കഴിയാതെ വന്നപ്പോൾ ലൈംഗിക വിഷയങ്ങൾ പ്രതിപാദിക്കുന്ന സാഹിത്യങ്ങളിലേക്ക് മനുഷ്യർ ആകൃഷ്ടരായി എന്നു കരുതുന്നു. ലോകത്തിൽ ഏറ്റവും കൂടുതൽ അശ്ലീല പുസ്തകങ്ങൾ ഉള്ളത് വത്തിക്കാൻ ലൈബ്രറിയിലാണ്. തുടർന്നുള്ള സ്ഥാനങ്ങൾ യഥാക്രമം ബ്രിട്ടീഷ് മ്യൂസിയം ലൈബ്രറിക്കും അമേരിക്കയിലെ കിൻസെ ഇൻസ്റ്റിറ്റ്യൂട്ടിനുമാണ്. അശ്ലീല സാഹിത്യത്തിൽ കൂടുതൽ താല്പര്യം കാണിക്കുന്നത് പുരുഷന്മാരാണെന്നാണ് പഠന റിപ്പോർട്ടുകളിൽ കാണുന്നത്. അശ്ലീല സാഹിത്യം സമൂഹത്തിൽ അപചയമുണ്ടാക്കുമെന്ന്

സദാചാര പക്ഷക്കാർ പറയുന്നു. എന്നാൽ ഇതിനെ എതിർക്കുന്നവരുമുണ്ട്. സാർവത്രികവും സാർവ്വജനീനവുമായ ഒരു നിഗമനം കണ്ടെത്താൻ പ്രയാസമാണ്. അശ്ലീല പ്രസാധന നിയമങ്ങൾ നടപ്പിലാക്കിയതും പിന്നീടൊഴിവാക്കപ്പെട്ടതും അതിനാലാണ്. ലൈംഗിക ഭാവനയാൽ സൃഷ്ടിക്കപ്പെടുന്ന കൃതികൾ അശ്ലീല ഭാവമല്ല അനുവാചകനിൽ ഉണർത്തുക. ഭാവോൽക്കർഷം വഴി മനുഷ്യനിലുള്ള അധമവികാരങ്ങളെ കീഴ്പ്പെടുത്തുവാൻ അവയ്ക്കു കഴിയും. സെക്സ് പാപവും നിന്ദ്യവുമല്ല. ജീവിതോൽകർഷത്തിന് അനുപേക്ഷണീയമായ ഉപാധിയെന്ന് അംഗീകരിക്കപ്പെടുകയാണ്. ലൈംഗിക ഭാവനാവിലാസത്താൽ പ്രചോദിതമായി വിരചിതമായ ധാരാളം കൃതികളുണ്ട്. ജൂൾസ് റൊമെയ്ന്റെ 'ദി ബോഡീസ് റപ്ചർ' ദാമ്പത്യത്തിന്റെ ശാരീരികവും സാമൂഹികവും ആത്മീയവുമായ വശങ്ങളെ സ്പർശിക്കുന്ന ഒരു ശാസ്ത്രീയ ഗ്രന്ഥമാണ് ജെ. എം. എന്ന തൂലികാനാമത്തിൽ മിസി ടെറി ഗാറിറ്റി രചിച്ച 'ദി സെൻഷുവസ് വുമൺ', 'ദി സെൻഷുവസ് മാൻ' എന്നിവ അശ്ലീല സാഹിത്യ കൃതികളിൽ പ്രചുര പ്രചാരം നേടിയവയാണ്.

രതിദേവന്മാരും ദേവതമാരും:

സ്ത്രീപുരുഷന്മാരിൽ കാമവികാരമുണർത്തുകയാണ് കാമദേവന്റെ ജോലി. ബ്രഹ്മാവിന്റെ മനസ്സിൽ നിന്നും ജനിച്ച സരസ്വതിയിൽ ബ്രഹ്മാവിന് അഭിനിവേശം ജനിപ്പിക്കാൻ കാമദേവൻ പൂവമ്പെയ്തു. കോപിഷ്ഠനായ ബ്രഹ്മാവ് അഗ്നിയിൽ ചാമ്പലാകുമെന്ന ശാപം കാമദേവനു നല്കുകയും ചെയ്തു. ശിവപാർവ്വതിമാർ പരസ്പരം പ്രണയമാവാൻ പൂവമ്പെയ്ത കുറ്റത്തിന് കാമദേവനെ മുക്കണ്ണിൽ നിന്നുള്ള അഗ്നിയിൽ ശിവൻ ദഹിപ്പിച്ചു. അങ്ങനെ അനംഗനായി തീർന്നു കാമദേവൻ.

സ്ത്രീയും പുരുഷനും തമ്മിലുള്ള പ്രേമത്തിന് കാരണക്കാരനായി ഒരു ദേവനെ സങ്കല്പിക്കുന്ന ഏർപ്പാട് പുരാതന ഗ്രീസ്, റോം, ബാബിലോണിയ എന്നിവിടങ്ങളിൽ ഉണ്ടായിരുന്നു. ഗ്രീക്കു പുരാണത്തിലെ 'ഈറോസ്' ഭാരതീയ പുരാണത്തിലെ കാമദേവനു തുല്യമാണ്. റോമൻ പുരാണത്തിലെ 'ക്യൂപ്പിഡ്', ബാബിലോണിയൻ പുരാണത്തിലെ 'ഇഷ്ടാർ' എന്നിവരും കാമദേവന് തുല്യരായ ദേവാതാ സങ്കല്പങ്ങളാണ്. കാമനെപ്പോലെ അമ്പും വില്ലും ധരിച്ച ദേവനാണ് 'ക്യൂപ്പിഡ്'.

ഗ്രീക്കു പുരാണത്തിലെ രതി ദേവതയാണ് 'അഫ്രോഡൈറ്റ്'. അഫ്രോഡൈറ്റിന്റെ ജനനകഥ പ്രസിദ്ധമാണ്. സ്വർഗ്ഗഭൂമി ദമ്പതിമാരുടെ കനിഷ്ഠ പുത്രനായിരുന്ന 'ക്രോണസ്' സമയദേവനാണ്. ഒരിക്കൽ മാതാപിതാക്കളുടെ ലൈംഗിക കേളിക്ക് സാക്ഷ്യം വഹിക്കേണ്ടിവന്നു, ക്രോണസിന്. അസൂയ പെരുകിയ ക്രോണസ് പിതാവായ സ്വർഗ്ഗദേവന്റെ ഉദ്ധരിച്ചു നിന്ന ലിംഗം അരിവാൾ കൊണ്ടു ഛേദിച്ചു. ഭൂലോകത്തിലേക്കു ചെന്നു പതിച്ച സ്വർഗ്ഗലിംഗത്തിൽ അവശേഷിച്ചിരുന്ന ശുക്ല കണികകൾ

കടലിൽ ലയിച്ചുചേർന്നു. പതഞ്ഞു നുരഞ്ഞെത്തി കരയെ ചുംബനം ചെയ്ത കടലിലെ അലമാലകളിൽ നിന്നും സുന്ദരിയായ 'അഫ്രോഡൈറ്റ്' ജന്മമെടുത്തു എന്നാണ് ഐതിഹ്യം.

ജലത്തിൽ നിന്നു രൂപമെടുത്ത 'അഫ്രോഡൈറ്റ്' അഗ്നിദേവനായ 'ഹീഫസ്തൂസി'ന്റെ ഭാര്യയായി. സീയൂസ് ദേവന്റെ പുത്രനായ 'ഹീഫസ്തൂസ്' ജന്മനാ മുടന്തനായിരുന്നു. സദാസമയവും ആലയിൽ തീയൂതി ആഭരണങ്ങൾ ഉണ്ടാക്കിക്കഴിഞ്ഞിരുന്ന ഭർത്താവായ 'ഹീഫസ്തൂസി'നോട് വിരക്തി തോന്നിയ 'അഫ്രോഡൈറ്റ്' യുദ്ധദേവനും സുന്ദരവിഡ്ഢിയുമായ 'ആരെസ്' ദേവനിൽ അനുരക്തയായി. ഈ വിവരം ഗ്രഹിച്ച 'ഹീഫസ്തൂസ് ഒരു സ്വർണ്ണ വലയമുണ്ടാക്കി കാത്തിരുന്നു. ആരെസ് ദേവന്റെ കരവലയത്തിൽ നഗ്നയായി നിന്ന അഫ്രോഡൈറ്റ് ഭർത്താവിന്റെ കെണിയിൽ അകപ്പെട്ടു. ഹീഫസ്തൂസ് മറ്റു ദേവന്മാരെയെല്ലാം വിളിച്ചു വരുത്തി അവരുടെ കാമകേളി കാണിച്ചു. ലജ്ജാഭരിതയായി സൈപ്രസ് ദ്വീപിലേക്ക് പലായനം ചെയ്തു അഫ്രോഡൈറ്റ് അവിടെ വച്ച് 'ഈറോസ് ദേവന് ജന്മം നൽകി. ഈറോസ് കാമദേവനാണ്. ഫിനീഷ്യൻ കാമദേവത 'അസ്റ്റാർട്ടെ' സുമേരിയൻ ഉർവ്വര ദേവത 'ഇനാന' ബാബിലോണിയൻ രതിദേവത 'ഇഷ്ടാർ' ഈജിപ്ഷ്യൻ ദേവത 'ഐസിഡ്' എന്നിവരുടെ പേരുകളും അഫ്രോഡൈറ്റിനോടു ബന്ധപ്പെടുത്തി പറയാറുണ്ട്.

സമഗ്രജീവിതാന്വേഷണം

കാമശാസ്ത്രകൃതികൾ വിശേഷിച്ചും വാത്സ്യായനന്റെ കാമസൂത്രവും കല്യാണമല്ലന്റെ അനംഗരംഗവും സമഗ്രമായ ജീവിതാന്വേഷണമാണ് നടത്തിയത്. മഹർഷിയായ വാത്സ്യായന്റെ സ്ത്രീപുരുഷബന്ധ സംബന്ധിയായ നിലപാടുകളും നിഗമനങ്ങളും രാജർഷിയായ കല്യാണമല്ലൻ സ്വാംശീകരിച്ചുപപാദിക്കുകയാണ് ചെയ്തത്. ജീവിതം ആഹ്ലാദപ്രദമാക്കുന്നതിന് സ്വീകരിക്കേണ്ട പലവിധമാർഗ്ഗങ്ങൾ ചർച്ചചെയ്യുന്ന ഈ കൃതികൾ ദാമ്പത്യജീവിത സുസ്ഥിരതയ്ക്കാണ് അഥവാ സ്ത്രീപുരുഷബന്ധ സ്ഥിരതയ്ക്കാണ് പ്രാധാന്യം നൽകിയത്. ശാരീരികവും മാനസികവുമായ വികാസം സ്ത്രീപുരുഷന്മാർക്കുണ്ടാക്കാൻ വേണ്ടതെല്ലാം ഈ കൃതികളിൽ പ്രതിപാദിക്കുന്നുണ്ട്. പുരുഷാർത്ഥങ്ങളിൽ പ്രധാനമായ കാമത്തെ മനുഷ്യജീവിതവുമായി കോർത്തിണക്കി അതിനെ മഹത്ത്വവത്ക്കരിക്കാനാണ് വാത്സ്യായനമഹർഷിയും കല്യാണമല്ലനും ശ്രമിച്ചത്. ദാമ്പത്യജീവിതവും സാമൂഹികജീവിതവും സ്ത്രീപുരുഷ സ്വതന്ത്രജീവിതവും മുന്നോട്ടു പോകുന്നതിന് മാനവ സമൂഹം കൈക്കൊള്ളേണ്ട സമീപനങ്ങൾ വിശകലനം ചെയ്യുന്നതിനാണ് അവർ ശ്രമിച്ചത്. ആരോഗ്യപരിപാലനത്തിലൂടെയും ശരീര രക്ഷണത്തിലൂടെയും വേണം മനുഷ്യജീവിതം ആഹ്ാദപ്രദമാക്കാൻ എന്നതുകൊണ്ടാണ് ആയുർവേദപരമായ ഓഷധപ്രയോഗങ്ങളക്കുറിച്ചും സിദ്ധചികിത്സാ

മുറകളെക്കുറിച്ചും, യോഗാത്മകമായ സുരതപ്രയോഗങ്ങളെക്കുറിച്ചും അവർ വിചാരം കൊണ്ടത്. ബാഹ്യവും ആന്തരികവും ധിഷണാപരവും അന്തർഭാവ പരവും വികാരപരവുമായ പരിവർത്തനം വരുത്തിവേണം സ്ത്രീപുരുഷ ജീവിതം അർത്ഥപൂർണ്ണമാക്കേണ്ടതെന്ന ചിന്തയുടെ വെളിപ്പെടുത്തലുകളാണ് കാമസൂത്രത്തിലും അനംഗരംഗത്തിലും ഉള്ളത്.

❖❖❖

ഗ്രന്ഥസൂചി

1. അഖിലവിജ്ഞാനകോശം
   ചീഫ് എഡിറ്റർ : ടി.എൻ.ജയചന്ദ്രൻ
   ഡി.സി.ബുക്ക്സ് കോട്ടയം 1998

2. അനംഗരംഗ : ദി ഹിന്ദു ആർട്ട് ഓഫ് ലൌ
   ട്രാൻസ്ലേഷൻ : സർ റിച്ചാർഡ് ബർട്ടൺ
   എഫ്.എഫ്. അർബത് നോട്ട്
   ഓറിയന്റ് പേപ്പർ ബാക്സ്, 1977

3. അനംഗരംഗം (വ്യാഖ്യാനം) : ആർ നാരായണപണിക്കർ
   തിരുവനന്തപുരം റെഡ്യാർ പ്രസ് 1947

4. കാമസൂത്രം : വാത്സ്യായനൻ
   കോട്ടയം ലിറ്റിൽ പ്രിൻസ് 1984

5. രതിവിജ്ഞാന കോശം
   എഡിറ്റർ ; പി.എം. മാത്യൂ വെല്ലൂർ
   കറന്റ് ബുക്സ് 1988

6. വിശ്വവിജ്ഞാന കോശം (വാല്യം 4)
   സാഹിത്യപ്രവർത്തക സഹകരണസംഘം
   കോട്ടയം 1988

7. കലാകൗമുദി ഓണപ്പതിപ്പ് 2014

(അനംഗരംഗത്തിലെ ആദ്യത്തെ അമ്പതു ശ്ലോകങ്ങൾക്കു പ്രൊഫസ്സർ സുന്ദരം ധനുവച്ചപുരം നടത്തിയ പരിഭാഷ ഇതിലുണ്ട്)